ゼロから始めるベトナム語

文法中心

宇根祥夫 著

IET NAM

三修社

CD トラック対応表

CD		ページ	CD		ページ
1	発音－母音	9	35	第11課	99
2	南部サイゴン方言の発音の特徴	13	36	表現－賛成・反対,承諾・断り	104
3	第1課	14	37	第12課	106
4	③親族名称	16	38	③助動詞	108
5	④人称代名詞	17	39	テキスト	112
6	⑤指示詞	19	40	第13課	114
7	会話	20	41	会話	118
8	第2課	22	42	第14課	121
9	表現－あいさつ	26	43	①基本的な動詞	121
10	第3課	29	44	④大切な熟語	125
11	③基本的形容詞	31	45	表現－提案・依頼・意見・予定	126
12	テキスト	34	46	第15課	129
13	第4課	36	47	テキスト	133
14	①存在文	36	48	第16課	136
15	④身体名称と関連動詞	40	49	会話	140
16	会話	40	50	第17課　電話1	142
17	第5課	43	51	電話2	143
18	①疑問詞疑問文	43	52	電話3	143
19	表現－お礼とお詫び	49	53	電話4	144
20	第6課	52	54	表現－電話	146
21	①数	53	55	第18課　手紙1	148
22	テキスト	57	56	手紙2	149
23	第7課	60	57	手紙3	150
24	①時間	61	58	表現－意見・判断	151
25	②年の言い方	63	59	第19課　雑誌を読む1	154
26	③月の言い方	63	60	雑誌を読む2	154
27	⑥曜日	65	61	雑誌を読む3	155
28	会話	68	62	雑誌を読む4	156
29	第8課	71	63	表現－説明・都合	157
30	表現－お祝い・お悔み　聞き返し・誤解	79	64	第20課　新聞を読む1	159
31	第9課	82	65	新聞を読む2	160
32	テキスト	86	66	新聞を読む3	160
33	第10課	89	67	新聞を読む4	161
34	会話	96	68	表現－大学	162

まえがき

　ベトナム統一後，日本とベトナムの交流が活発になってくるにつれて，ベトナム語を学ぶ人の数もどんどん増えてきております。近年は，経済分野のみならず様々な分野においても関係が深まってきております。本書はベトナム語の必要性の高まりに応えて，ゼロからベトナム語を学び始める人のための入門書です。本書は一貫して，簡潔・わかりやすさ・実用性をモットーにまとめましたので，細かいことは気にせず，気楽に読み進んで下さい。

　ベトナム語は，アルファベットであること，語形変化がなく，基本的な文法事項も簡単なこと，中国語からの外来語である漢越語が多いこと，頭子音の多くが日本語と似ていること，以上の点から日本人にとっては学びやすい言語です。ただ，当然難しい点もあります。一つは6つある声調です。これだけは付属のCDを繰り返し聞いて練習し，慣れていくしかありません。もう一つは語順で，これは文法関係を表すので重要です。特に，修飾関係は日本語と逆で，被修飾語＋修飾語なので，慣れるまでは十分に注意して下さい。

　本書がベトナム語学習者にとって多少ともお役にたてれば幸いです。

著　者

2000年　夏

本書の構成と学習法

　各課には，最初「5つの文」があります。その課で学ぶ文法事項を含むものですので，ポイントの説明・例文を読んだ後で必ずもう一度読み返してよく理解して下さい。

　「ポイント」の説明は表を多く使用し例文をつけることで，可能な限り簡潔にするように努めました。

　「会話」と「テキスト」は知識の応用と，ベトナム語に慣れるためのものです。

　「表現」は最初のうちは難しいと思いますが，短く覚えやすいものを2つ3つ覚えて，後は必要に応じて徐々に覚えていかれたらと思います。

　「練習問題」はその課の一番大切な事項を確認するためのものです。

　最後の「漢越語」は枝分かれ図的なものと，項目別のものがあります。日本語と似たものをたくさん取り上げました。折りにふれて目を通し，漢越語を覚えていく上でご活用下さい。

　ある程度進んだら，時々それまでの所を見返してみて下さい。最初の時と違ってすっと頭に入り，簡単だなと思われるはずです。10課，15課と進むにつれて次第にベトナム語がどんな言葉であるかが分かってくると同時に，ベトナム語に慣れ親しむことが出来るものと期待しております。

もくじ

本書の構成と学習法 —————————————————————— 5
ベトナム語の発音 ———————————————————————— 9

第1課　Là 文 ——————————————————————————— 14
　① X là Y　X は Y である　② 「…語」「…人」の言い方
　③ 親族名称　④ 人称代名詞　⑤ 指示詞
　会話　　練習問題　　漢越語

第2課　動詞文 ————————————————————————— 22
　① 動詞文　② 類別詞　③ あいさつ
　表現（あいさつ）　　練習問題　　漢越語（政治①）

第3課　形容詞文 ———————————————————————— 29
　① 形容詞文　② 形容詞の基本的用法　③ 基本的形容詞
　④ 比較級と最上級　⑤ 副詞
　テキスト　　練習問題　　漢越語

第4課　存在文 ————————————————————————— 36
　① 存在文　② của の用法　③ 付加疑問文
　④ 身体名称と関連動詞
　会話　　練習問題　　漢越語（政治②）

第5課　疑問詞疑問文 —————————————————————— 43
　① 疑問詞疑問文　② 不定疑問文　③ 選択疑問文
　表現（お礼とお詫び）　　練習問題　　漢越語

第6課　数と関連表現 —————————————————————— 52
　① 数　② 序数詞　③ 数の関連表現　④ 年令表現
　⑤ 値段表現
　テキスト　　練習問題　　漢越語（経済①）

第7課　時間と関連表現 ———————————————— 60
- ①　時間　　②　年の言い方　　③　月の言い方　　④　週の言い方
- ⑤　日の言い方　　⑥　曜日　　⑦　朝・昼・夜など
- ⑧　季節　　⑨　その他の関連表現

会話　　練習問題　　漢越語

第8課　副詞 ———————————————————— 71
- ①　文頭の副詞　　②　動詞の前の副詞　　③　動詞の後の副詞
- ④　名詞の前の副詞　　⑤　その他の副詞

表現（お祝い・お悔み・聞き返し・誤解）　　練習問題　　漢越語（経済②）

第9課　命令・勧奨文と禁止文 ————————————— 82
- ①　命令・勧奨文　　②　禁止文　　③　感嘆文　　④　文末詞

テキスト　　練習問題　.　漢越語

第10課　否定文と可能文 ——————————————— 89
- ①　否定文　　②　可能文　　③　方向動詞　　④　地理

会話　　練習問題　　漢越語（文化）

第11課　名詞句と接続詞 ——————————————— 99
- ①　名詞句の構造　　②　接続詞

表現（賛成・反対，承諾・断り）　　練習問題　　漢越語

第12課　動詞句と受身文・使役文 —————————— 106
- ①　動詞句　　②　時制詞　　③　助動詞　　④　受身文
- ⑤　使役文

テキスト　　練習問題　　漢越語（職業）

第13課　重要構文 ————————————————— 114
- ①　譲歩構文　　②　原因・結果構文　　③　条件・仮定構文
- ④　反語構文　　⑤　願望構文　　⑥　その他の大切な構文

会話　　練習問題　　漢越語

第14課　重要動詞 ————————————————— 121
- ①　基本的な動詞　　②　動詞句パターンと動詞グループ
- ③　自動詞の他動詞化　　④　大切な熟語

表現（提案・依頼・意見・予定）　　練習問題　　漢越語（交通・旅行）

第15課　ベトナム語らしい表現 — 129
1. ベトナム語らしい文型　2. ベトナム語らしい動詞句
3. その他のベトナム語らしい表現
テキスト　　練習問題　　漢越語

第16課　文の拡大と読解法 — 136
1. 文の拡大　2. 長い文の読解法
会話　　練習問題　　漢越語（医学関係）

第17課　電　話 — 142
表現（電話）　　練習問題　　漢越語

第18課　手　紙 — 148
表現（意見・判断）　　練習問題　　漢越語（情報・通信）

第19課　雑誌を読む — 154
表現（説明・都合）　　練習問題　　漢越語

第20課　新聞を読む — 159
表現（大学）　　練習問題　　漢越語（大学）

練習問題解答 — 164

ベトナム語の発音

文字はアルファベットですが，F, J, W, Z は使いません。ただし，独特のĐ（小文字はđ）と符号が付くものが6つ（全て母音）あります。

Track 1

1 母音

ベトナム語

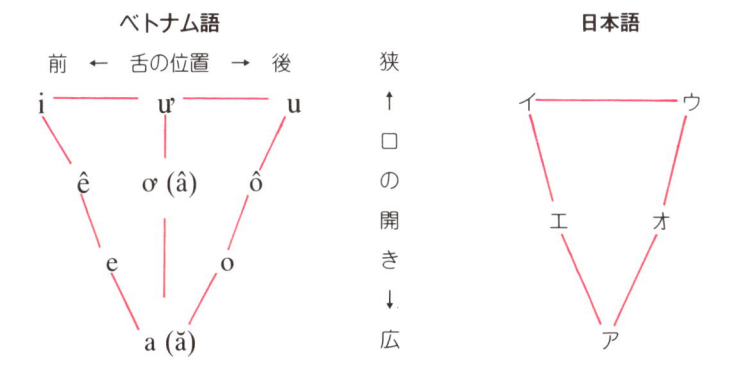

前 ← 舌の位置 → 後

```
i         ư         u
   ê    ơ (â)    ô
      e         o
            a (ă)
```

狭
↑
口
の
開
き
↓
広

日本語

```
イ         ウ
   エ    オ
         ア
```

3つの符号は各々次のことを表わしています。

   ^   狭い母音

   ˘   短い母音

   '   唇を丸くしない符号

a	ア	口を大きく開けてやや長めに
ă	ア	口を大きく開けて短く
ơ	ア	アとオの中間的な感じでやや長めに
â	ア	アとオの中間的な感じで短く
e	エ	口を大きく開けてやや長めに
ê	エ	口を軽く開けるだけで

9

i (y)	イ	唇を左右に強めに引いて
o	オ	口を大きく開けてやや長めに
ô	オ	唇を丸めにしてやや突き出して
u	ウ	唇を丸めて強く突き出してやや長めに
ư	ウ	唇を左右に強めに引いてやや長めに

なお，ルビをふる場合は声調や末子音との関係で［アー］とか［オー］のように表記することもあります。

2　2重母音

そこで音節が終わるケース

ia	イア	イは唇を左右に強めに引きやや長めに，アはあいまいな感じに
ua	ウア	ウは唇を丸くして突き出しやや長めに，アはあいまいな感じに
ưa	ウア	ウは唇を左右に強めに引きやや長めに，アはあいまいな感じに

あとに末子音が続くケース

iê	イエ	イは唇を左右に強めに引きやや長めに，エはあいまいな感じに

　　　　　　　　　（この2重母音で音節が始まる場合は yê と表記する）

uô	ウオ	ウは唇を丸くして突き出してやや長めに，オはあいまいな感じに
ươ	ウオ	ウは唇を左右に強めに引いてやや長めに，オはあいまいな感じに

3　介母音

頭子音と主母音の間に位置する半母音のことです。

　　　　o/u　オ／ウ　唇を丸めにして軽く突き出し短く　khoa　thuê

4　頭子音

基本的には日本語と同じだが，強くはじき出すように発音するもの（カナ表記は母音が a の場合のもの）

p	パ	d ┐		h	ハ
b	バ	gi ├ ザ(同音)		ch ┐	
m	マ	r ┘		tr ┴ チャ(同音)	
n	ナ	t	タ	c ┐	
s ┐		đ	ダ	k ├ [k](同音) (kia キア)	
x ┴ サ(同音)		nh	ニャ	q ┘ (qua クワー)	

（母音 i, ê, e が続く時は k，
介母音 u が続く時は q と表記）

日本語と違う発音や日本語にない発音のもの

　　　ph　　ファ　　英語の f と同じ

　　　v　　ヴァ　　英語の v と同じ

　　　l　　ラ　　英語の l と同じ

　　　th　　タ　　息を強く出して　　*ベトナム語ただ一つの有気音*

　　　kh　　ハ　　喉から強く息を出して

　　　g, gh　　ガ　　喉から強く声を出して

　　　　　　　　（母音 i, ê, e が続く時は gh と表記，発音は同じ）

　　　ng, ngh　ガ　g と同じだが息を鼻の方に通して

　　　　　　　　（母音 i, ê, e が続く時は ngh と表記，発音は同じ）

5 末子音

-m	ム	唇を閉じて息を鼻の方へ通す	kém	ケム
-n	ン	舌先を上の歯茎につけて息を鼻の方へ通す	gần	ガン
-ng	ン	舌を奥の方で低くしたままで息を鼻の方へ通す	không	ホン
-nh	イン	唇を左右に強めに引いて息を鼻の方へ通す	cánh	カィン

-p, -t, -c, -ch には大切な共通の特徴が 2 つあります。

- 口の構えだけで声そのものはださない。[カナルビでは（　）で表記]
- 2 つの声調（③と⑥）しかとらない。

11

-p	(プ)	唇を閉じて息を外へ出さない	kịp	キッ(プ)
-t	(ト)	舌先を上の歯茎につけて息を外へ出さない	mát	マッ(ト)
-c	(ク)	舌を奥の方で低くしたまま息を喉で止める	tóc	トッ(ク)
-ch	(ク)	唇を左右に強めに引いて息を喉で止める	sạch	サィッ(ク)

〕声を出す場合と

-ng と -c の発音のコツ

主母音が o, ô, u の時は -ng と -c の発音のあとすぐに唇を閉じます。

6 声調

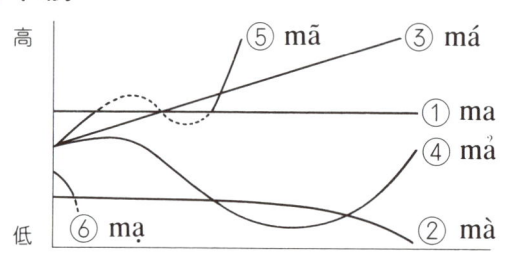

高
⑤ mã　③ má
① ma
④ mả
② mà
低　⑥ mạ

声調	符号	発音法	例語
①	なし	中位の高さで平板	ma
②	`	低位で少し下がり気味	mà
③	´	速く鋭く上昇する	má
④	̉	ゆっくりと下降した後で再び元の高さ位まで上昇する	mả
⑤	~	喉の緊張を伴ってやや上昇し一瞬喉を閉じた後で急に上昇する	mã
⑥	.	喉の緊張を伴って始まり急に下降し喉を閉じたままで終わる	mạ

7 音節構造

ベトナム語は原則的に一つの音節がそれぞれ意味を持つ単音節型言語です。その音節構造は次のようにになっています。

12

頭子音	介母音	主母音 （2重母音）	末子音	声調	例語
		ơ		④	ở
l		ô		⑤	lỗ
		ă	n	①	ăn
s		a	ch	③	sách
ch	u	yê	n	⑥	chuyện

以上，北部ハノイ方言に基づいて説明してきましたが，南部サイゴン方言の発音については別項を参照して下さい。

ベトナム語の発音は声調を除くと，大体ローマ字式に読むことができます。本書では10課までカナルビを付けてありますが，これは便宜的なもので，ベトナム語の発音の差異を十分に表わすことが出来ません。特に声調については，カナルビではほとんどその差異を表記することはできません。ですから，チャンスがあれば直接習うか，付録CDを活用してよく練習して下さい。

Track 2

南部サイゴン方言の発音の特徴（頭子音と声調についてのみ）

〇頭子音（カナ表記は母音aの場合）

s	シャ	ややそり舌気味に	sa
r	ラ	そり舌にしてふるわせて	ra
tr	チャ	ややそり舌気味に	tra
d			da
gi	─ヤ（同音）	半母音のy	gia
v			va

〇声調

④と⑤が一体となりその中間的な声調となっているので5声調です。ただし，表記上はハノイ方言と同じです。

    mả   mã

第1課 Là〔ラー〕文

Track 3

① Tôi là người Nhật.
　トイ　ラー　グオイ　ニャッ(ト)
　私　…である　人　日本

② Tôi không phải là người Việt.
　トイ　ホン　ファーイ　ラー　グオイ　ヴィェッ(ト)
　　　…ではない　　　　　　ベトナム

③ Anh ấy có phải là người Mỹ không?
　アィン　エイ　コー　ファーイ　ラー　グオイ　ミー　ホン
　彼　　　…ですか　　　　　アメリカ

④ Vâng, anh ấy là người Mỹ.
　ヴァン　アィン　エイ　ラー　グオイ　ミー
　はい

⑤ Không, anh ấy là người Pháp.
　ホン　アィン　エイ　ラー　グオイ　ファッ(プ)
　いいえ　　　　　　　　　　フランス

（手書き注）
- 後から前を修飾する
- 口の構えだけで音を出さないように
- 〔美〕〔法〕 中国語にならっている

訳
① 私は日本人です。
② 私はベトナム人ではありません。
③ 彼はアメリカ人ですか。
④ はい，彼はアメリカ人です。
⑤ いいえ，彼はフランス人です。

ポイント

1 X là Y　　XはYである

Là は主部 X と述部 Y とが等しい関係にあることを示す語です。
否定文にする場合は là の前に không phải を付けます。Không は否定

14

詞，phải は〈正しい〉という意味の形容詞で，文字通りには〈…であることは正しくない〉という意味です。疑問文にする場合は là の前に có phải を付け，さらに文末に không を付けます。文字通りには〈…であることは正しいですか〉という意味になります。最も重要な文型の一つですからしっかりと覚えてください。

肯定文	X là Y.
否定文	X không phải là Y.
疑問文	X có phải là Y không?
返答文	Yes　Vâng, X là Y.
	No　　Không, X là Z.
	または　Không, X không phải là Y.

Dạ をつけるとていねいになる
Dạ, vâng.
Dạ, không.

Anh ấy là sinh viên.　　彼は学生です。
アィン エイ ラー シン ヴィエン

Anh ấy không phải là sinh viên.　　彼は学生ではありません。
アィン エイ ホン ファーイ ラー シン ヴィエン

Anh ấy có phải là sinh viên không?　　彼は学生ですか。
アィン エイ コー ファーイ ラー シン ヴィエン ホン

Vâng, anh ấy là sinh viên.　　はい，彼は学生です。
ヴァン アィン エイ ラー シン ヴィエン

Không, anh ấy là thầy giáo.　　いいえ，彼は先生です。
ホン アィン エイ ラー タイ ザオ

Không, anh ấy không phải là sinh viên.
ホン アィン エイ ホン ファーイ ラー シン ヴィエン
いいえ，彼は学生ではありません。

2 「…語」「…人」の言い方

ベトナム語の語順の大原則〔被修飾語＋修飾語〕に従って以下のように言います。

…語	tiếng Việt (Nam)	…人	người Việt (Nam)
	ティエン ヴィエッ(ト) ナム		グオイ
	語 〔越 南〕		人
	tiếng Nhật (Bản)		người Nhật (Bản)
	ティエン ニャッ(ト) バーン		グオイ
	〔日 本〕		

Nam と Bản は省くのが一般的です。なお、国名は人名、地名と同様に大文字で書き始めます。

3 親族名称

自分を中心とする代表的な親族名称は以下のようになります。

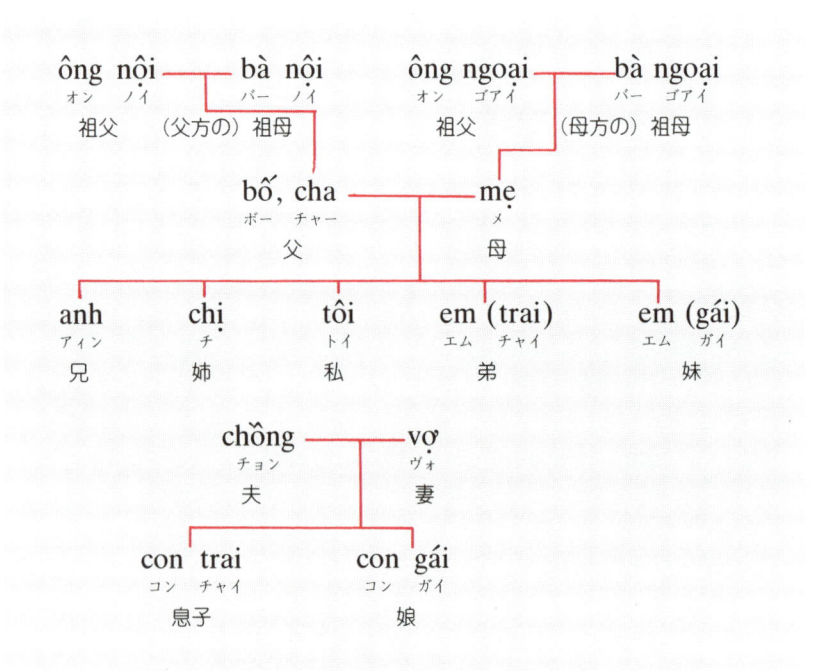

ông nội ─ bà nội   ông ngoại ─ bà ngoại
オン ノイ　　バー ノイ　　　オン ゴアイ　　バー ゴアイ
祖父　（父方の）祖母　　　祖父　（母方の）祖母

bố, cha ─ mẹ
ボー チャー　　メ
父　　　　母

anh　　chị　　tôi　　em (trai)　　em (gái)
アィン　　チ　　トイ　　エム チャイ　　エム ガイ
兄　　　姉　　私　　　弟　　　　　妹

chồng ─ vợ
チョン　　ヴォ
夫　　　妻

con trai　　con gái
コン チャイ　　コン ガイ
息子　　　　娘

語句 ông［翁］　bà［婆］　nội［内］父方の　ngoại［外］母方の
em 年下のきょうだい　con 子供　trai 男の子　gái 女の子

Ông, bà, bố, mẹ, anh, chị, em, con などの親族名称は一人称としても二人称としても使われます。普通は弟と妹を区別しないで，em としか言いません。明確に区別する必要がある場合にはそれぞれ trai と gái を付けます。

4 人称代名詞

ベトナム語の人称代名詞は自分と相手との相対的関係（男女・年齢・社会的地位・親族関係）や親密の程度によって使い分けなければならないのでかなり注意する必要があります。一般的によく使われるものを表にすると次のようになります。

	単　　数	複　　数
1人称	tôi トイ	chúng tôi チュン　トイ chúng ta チュン　ター
2人称	ông・bà オン　バー anh・chị アイン　チー cô コー	các ông・các bà カッ(ク) オン　カッ(ク) バー các anh・các chị カッ(ク) アイン　カッ(ク) チー các cô カッ(ク) コー
3人称	ông ấy・bà ấy オン エイ　バー エイ anh ấy・chị ấy アイン エイ　チー エイ cô ấy コー エイ	các ông / bà　ấy カッ(ク) オン　バー　エイ các anh / chị　ấy カッ(ク) アイン　チー　エイ các cô ấy カッ(ク) コー エイ họ ホー

一人称複数	複数詞 chúng［衆］＋ta	我々
	chúng tôi （聞き手側を含まない）	我々
	chúng ta （聞き手側を含む）	我々
二人称単数	ông　年上の男性　　anh	同年代の男性
	bà　年上の女性　　chị	同年代の女性
	cô　女の子，未婚の女性，女教師	
二人称複数	複数詞 các［各］＋（2人称単数の）人称代名詞	
三人称単数	（2人称単数の）人称代名詞＋ấy〈その〉	
	ông ấy　anh ấy→彼	
	bà ấy　chị ấy　cô ấy→彼女	
三人称複数	các＋（2人称単数の）人称代名詞＋ấy	
	họ　英語の they, them に相当	

※ この区別は重要！間違えると大きな誤解を

日本人の場合，普通はベトナム人と縁戚関係がないので，「自分」は tôi をつかえば十分です。二人称は互いに同年代の成人として，初対面とかまだ親しくないケースでは，男性の場合は ông を，女性の場合は bà を，親しい場合はそれぞれ anh と chị を使えば十分です。

ベトナム人の名前

ベトナム人の名前は日本人の名前と同様に「姓―名」の順ですが，多くの人は男女の性別を示すミドルネームを持っています。代表的な男性のミドルネームは văn，女性のは thị です。一般的に「…さん」と言う時，日本の場合は姓を使いますが，ベトナムの場合は二人称代名詞（ông, anh, bà, chị など）の後に名の方を使いますので注意してください。

	姓	ミドルネーム	名		
男性：	Nguyễn (グィエン)	Văn (ヴァン)	Tâm (タム)	タムさん	Ông Tâm, Anh Tâm
女性：	Lê (レー)	Thị (ティー)	Minh (ミン)	ミンさん	Bà Minh, Chị Minh

5 指示詞

近称	này この ナイ	cái này これ カイ ナイ đây デイ	những cái này これら ニューン カイ ナイ
中称	ấy その エイ đó ドー	cái ấy それ カイ エイ cái đó カイ ドー đấy đó デイ ドー	những cái ấy それら ニューン カイ エイ những cái đó ニューン カイ ドー
遠称	kia あの キア	cái kia あれ カイ キア kia キア	những cái kia あれら ニューン カイ キア

構造：cái もの＋này この　→このもの＞これ

複数詞 những＋cái＋này　→これらのもの＞これら

〈なに〉は cái に疑問詞 gì をつけます。

　　cái もの＋gì 何　→何のもの＞なに

đây/đấy, đó/kia は場所代名詞としても使われます。

　　đây ここ　　đấy, đó そこ　　kia あそこ

Hội Thoại [会話]

X: Đây là lớp học của chúng tôi.
　　ダイ　ラー　ロッ(プ)　ホッ(ク)　クーア　チュン　トイ

Y: Đây là cái gì?
　　ダイ　ラー　カイ　ジー

X: Đó là bản đồ Việt Nam.
　　ドー　ラー　バーン　ドー　ヴィェッ(ト)　ナム

Y: Đấy là cái gì?
　　デイ　ラー　カイ　ジー

X: Đấy là bản đồ thế giới.
　　デイ　ラー　バーン　ドー　テー　ゾーイ

語句　lớp học 教室　của …の　bản đồ 地図　thế giới [世界]

訳　　X: これは私達の教室です。
　　　　Y: これは何ですか。
　　　　X: それはベトナムの地図です。
　　　　Y: それは何ですか。
　　　　X: それは世界地図です。

Bài Tập （練習問題）

1 次の文を日本語に訳しなさい。

1. Tôi là người Việt.
2. Anh ấy không phải là người Mỹ.
3. Đó là bản đồ Nhật Bản.

2 次の文をベトナム語に訳しなさい。

1. 彼女はフランス人ですか。
2. いいえ，彼女はドイツ（Đức）人です。
3. これは何ですか。

→［德］中国語にならっている

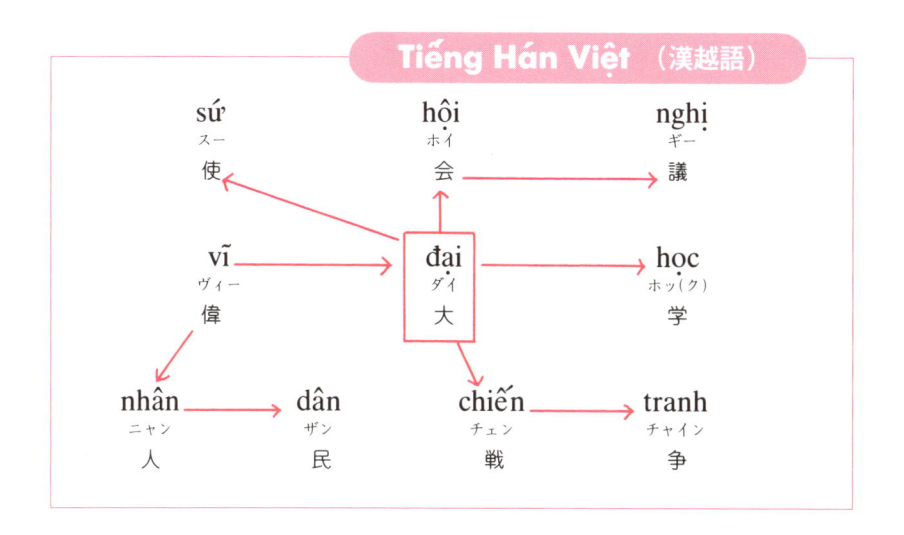

Tiếng Hán Việt （漢越語）

sứ / スー / 使	hội / ホイ / 会	nghị / ギー / 議
vĩ / ヴィー / 偉	đại / ダイ / 大	học / ホッ(ク) / 学
nhân / ニャン / 人	dân / ザン / 民	chiến / チェン / 戦
		tranh / チャイン / 争

第2課 動詞文

Track 8

① Anh ấy học tiếng Việt.
　　　　　勉強する

② Anh ấy không học tiếng Việt.
　　　　…ない

③ Anh ấy có học tiếng Việt không?

④ Vâng, anh ấy học tiếng Việt.
　　はい

⑤ Không, anh ấy học tiếng Anh.
　　いいえ　　　　　　　　　　　　［英］

訳
① 彼はベトナム語を勉強します。
② 彼はベトナム語を勉強しません。
③ 彼はベトナム語を勉強しますか。
④ はい，彼はベトナム語を勉強します。
⑤ いいえ，彼は英語を勉強します。

ポイント

1 動詞文

動詞文とは「〜する」という動作・行為を表わす文のことです。「死ぬ」とか「落ちる」とかのように目的語をとらない動詞もありますが，目的語をとる動詞の方がずっと多いので，ここでは目的語をもつ場合をパターン

化してみましょう。基本的な語順は英語と同じで，主語（S）―動詞（V）―目的語（O）となります。否定文にする場合は là の場合とは異なり，動詞の前に否定詞 không を付けるだけです。疑問文にする場合は動詞の前に có を，さらに文末に không を付けます。この có は動作・行為を強調する機能をもっていますが，省略されることもあります。

肯定文　S ― V ― O.
否定文　S ― không V ― O.
疑問文　S ― có V ― O ― không?
返答文　Yes　Vâng, S ― V ― O.
　　　　No　　Không, S ― không V ― O.

Chị ấy viết thư.　　彼女は手紙を書きます。
チー エイ ヴィェッ(ト) トゥー　　　　　〔書〕

Chị ấy không viết thư.　　彼女は手紙を書きません。
チー エイ　ホン　ヴィェッ(ト) トゥー

Chị ấy có viết thư không?　　彼女は手紙を書きますか。
チー エイ コー ヴィェッ(ト) トゥー ホン

Vâng, chị ấy viết thư.　　はい，彼女は手紙を書きます。
ヴァン　チー エイ ヴィェッ(ト) トゥー

Không, chị ấy không viết thư.
ホン　　チー エイ　ホン　ヴィェッ(ト) トゥー
いいえ，彼女は手紙を書きません。

No の場合は次のように返答することもできます。

Không, chị ấy viết nhật ký.
ホン　　チー エイ ヴィェッ(ト) ニャッ(ト) キー
いいえ，彼女は日記を書きます。

Không, chị ấy đọc sách.　　いいえ，彼女は本を読みます。
ホン　　チー エイ ドッ(ク) サィッ(ク)

23

動詞文でもう一つよく使われるパターンがあります。

疑問文　S đã V (O) chưa?　　　　　もう〜しましたか。
返答文　Yes　Vâng, S đã V (O) rồi.　はい，もう〜しました。
　　　　No　Chưa, S chưa V (O).　　いいえ，まだ〜してません。

Anh ấy đã đi chưa?　　　　彼はもう行きましたか。
アィン エイ ダー ディー チュア

Vâng, anh ấy đã đi rồi.　　はい，もう行きました。
ヴァン アィン エイ ダー ディー ゾイ

Chưa, anh ấy chưa đi.　　　いいえ，まだ行っていません。
チュア アィン エイ チュア ディー

語句　viết 書く　thư 手紙　nhật ký［日記］　đọc 読む
　　　　sách 本

2 類別詞

類別詞というのは名詞を類別するための語です。ベトナム語には cái と con という名詞を二つに大きく分類する類別詞があります。
Cái は原則として無生物（動かないもの）名詞の前に付けます。
Con は原則として生物（動くもの）名詞の前に付けます。

　　cái: nhà 家　　bàn 机　　ghế 椅子
　　　　カイ ニャー　　バン　　ゲー

　　con: chó 犬　　mèo ネコ　　chim 小鳥
　　　　コン チョー　　メオ　　　チム

Cái と con という二大類別詞のほかにもたくさんの類別詞があります。よく使われるものをいくつかあげておきましょう。

　　chiếc: đồng hồ 時計　　máy bay 飛行機
　　チェッ(ク) ドン ホー　　　マイ バイ

　　bức［幅］: thư 手紙　　tranh 絵
　　ブッ(ク)　　　トゥー　　　チャイン

quả [果]: chuối　バナナ　　trứng　卵
　クワー　　チュオイ　　　　　　チュン

quyển[巻]／cuốn: sách　本　từ điển　辞書
　クィエン　　クオン　　サィッ(ク)　　トゥー ディエン
　　　　　　　　　　　　　　　　　　〔辞典〕

tờ: giấy　紙　báo　新聞
　トー　ザイ　　　バオ

ただし，名詞が特定されていない場合には類別詞を付けません。

　　đọc　sách　本を読む　　viết　thư　手紙を書く
　　ドッ(ク)　サィッ(ク)　　　　ヴィエッ(ト)　トゥー

類別詞は聞き手や読み手の理解の手助けをするための語でもありますから，名詞に指示詞のような修飾語が付く場合には省略することもできます。

　　(con) chó này　この犬
　　　コン　チョー　ナイ

　　(quyển) từ điển Việt - Pháp　越仏辞書
　　　クィエン　　トゥー　ディエン　ヴィエッ(ト) ファッ(プ)

3 あいさつ

「あいさつする」という意味の chào を一日中，会った時も，別れる時にも使います。〈おはよう〉〈こんにちは〉〈さようなら〉〈おやすみなさい〉などの意味になります。ただし，普通は chào の後に二人称代名詞（ông, anh, bà, chị など）を付けます。年長者や目上の人に対してはていねい語の xin を前に付けて，Xin chào ... と言います。なお，どの代名詞を使えばいいのか分からなかったり，迷う場合には単に，Xin chào. と言えば十分です。

Biểu Hiện [表現]

あいさつ

1. Chào anh! Anh có khỏe không?
   チャオ アィン アィン コー ホーエ ホン

2. Lâu lắm không gặp anh.
   ラウ ラム ホン ガッ(プ) アィン

3. Tạm biệt anh.
   ダム ビエッ(ト) アィン

4. Mai gặp lại nhé.   (ngày) mai 明日
   マイ ガッ(プ) ライ ニュー

5. Khuya rồi, chị về cẩn thận nhé.
   フイヤ ゾイ チー ヴェー カーン タン ニュー

6. Chúc chị ngủ ngon.
   チュッ(ク) チー グー ゴン

7. Xin cho tôi gửi lời thăm anh ấy nhé.
   シン チョー トイ グーイ ロイ タム アィン エイ ニュー

8. Xin để ý giữ gìn sức khỏe.
   シン デー イー ズー ジン スッ(ク) ホーエ

9. Rất vui được gặp anh.
   ザッ(ト) ヴイ ドゥオッ(ク) ガッ(プ) アィン

10. Rất hân hạnh được gặp thầy.
    ザッ(ト) ハン ハイン ドゥオッ(ク) ガッ(プ) タイ

語句　khỏe 元気な　lâu 長い間　lắm 大変　gặp 会う
tạm biệt [暫別]さようなら　mai 明日　lại また　nhé …
ね　khuya 夜遅い　về 帰る　cẩn thận 気を付けて
chúc 願う　ngủ 眠る　ngon ぐっすり　xin (ていねい)
cho …ために　gửi lời thăm よろしく伝える　để ý 気を付
ける　giữ gìn 守る, 保つ　sức khỏe 健康　rất とても
vui 嬉しい　được gặp お会いできる　hân hạnh [欣幸]光
栄な　thầy 先生

26

訳
1. こんにちは　お元気ですか。
2. 大変長い間あなたに会いませんでした。＞お久しぶりです。
3. さようなら。
4. 明日また会いましょうね。＞では，またあした。
5. もう夜遅いですから気を付けて帰ってくださいね。
6. あなたがぐっすり眠ることを願っています。＞おやすみなさい。
7. 彼によろしくお伝え下さい。
8. 健康を守ることに気をつけて下さい。＞お体に気を付けて下さい。
9. お会いできてとても嬉しいです。
10. 先生にお目にかかれて大変光栄です。

Bài Tập （練習問題）

1 次の文を日本語に訳しなさい。

1. Anh có học tiếng Việt không?
2. Anh ấy không viết thư.
3. Chị ấy chưa đọc sách này.

2 (　)の中に正しい類別語を入れなさい。

1. (　　　) nhà   2. (　　　) mèo
3. (　　　) trứng   4. (　　　) từ điển
5. (　　　) giấy

Tiếng Hán Việt （漢越語）

政治 ①

tổng thống　総統〈大統領〉
トーン　トン

bộ trưởng　部長〈大臣〉
ボー　チュオン

thủ tướng　首相
トゥー　トゥオン

tổng bí thư　総秘書〈書記長〉
トーン　ビー　トゥー

chủ tịch　主席
チュー　ティッ(ク)

chính đảng　政党
チン　ダーン

chính phủ　政府
チン　フー

đảng cộng sản　党共産〈共産党〉
ダーン　コン　サーン

nội các　内閣
ノイ　カッ(ク)

Liên Hiệp Quốc　連協国〈国連〉
リエン　ヒエッ(プ)　クオッ(ク)

28

第3課　形容詞文

Track 10

① Khách sạn này cao.　〔客桟〕
　　ハィッ(ク)　サン　ナイ　カオ
　　ホテル　　　　　　高い

② Món ăn Việt Nam không cay.
　　モン　アン　ヴィェッ(ト)　ナム　ホン　カイ
　　料理　　　　　　　　　　　　　　　辛い

③ Khí hậu Việt Nam có nóng không?
　　ヒー　ハウ　ヴィェッ(ト)　ナム　コー　ノン　ホン
　　〔気候〕　　　　　　　　　　　　　　暑い

④ Mẹ tôi già hơn bố tôi.
　　メー　トイ　ザー　ホン　ボー　トイ
　　　　　　　年とった　…よりも

⑤ Tô-ki-ô là thành phố lớn nhất ở Nhật Bản.
　　ラー　タイン　フォー　ロン　ニャッ(ト)　アー　ニャッ(ト)　バーン
　　　　　　　　都市　　　大きい　〔一〕　…で

訳
① このホテルは高いです。
② ベトナム料理は辛くありません。
③ ベトナムの気候は暑いですか。
④ 私の母は父よりも年上です。
⑤ 東京は日本で一番大きな都市です。

ポイント

1　形容詞文

基本的な語順は，主語（S）—形容詞（A）です。英語の場合は形容詞の前に be 動詞が必要ですが，ベトナム語の場合は be 動詞に相当するものは

不必要で，主語の後にすぐ形容詞がきます。否定文にする場合は動詞文と同様に形容詞の前に否定詞 không を付けるだけです。疑問文にする場合も動詞文と同様に形容詞の前に có を，さらに文末に không を付けます。

肯定文　S ー A.
否定文　S không A.
疑問文　S có A không?
返答文　Yes　Vâng, S ー A.
　　　　No　 Không, S không A.

Cô ấy đẹp.　　　　　　　彼女は美しいです。
コー エイ デッ(プ)

Cô ấy không đẹp.　　　　彼女は美しくありません。
　　　　ホン

Cô ấy có đẹp không?　　彼女は美しいですか。
　　　コー

Vâng, cô ấy đẹp.　　　　はい，彼女は美しいです。
ヴァン

Không, cô ấy không đẹp.　　いいえ，彼女は美しくありません。

2 形容詞の基本的用法

次の2つの言い方を比べて見て下さい。

Cái bút bi này /tốt.　　　→主述の境界
カイ ブッ(ト) ビー ナイ トッ(ト)

cái bút bi tốt này

違っている所は này と tốt の順序が逆になっている点だけです。しかし，このことはとても大きな違いなのです。
上の方は，Cái bút bi này が主語で，tốt が述語の文です。〈このボールペンは良い。〉一方，下の方は，bút bi を核とする名詞句なのです。〈こ

の良いボールペン〉上の方は形容詞が述語として用いられており，下の方は修飾語として用いられています。この2つが形容詞の基本的用法です。

語句　bút bi　ボールペン　　tốt　よい

基本的形容詞

dài 長い ←→ ngắn 短い　　　　lớn, to 大きい ←→ nhỏ, bé 小さい
ザイ　　　　　ガン　　　　　　　ロン　トー　　　　　　ニョー　ベー

mới 新しい ←→ cũ 古い　　　　　tốt よい ←→ xấu 悪い
モーイ　　　　クー　　　　　　　トッ(ト)　　　　　サウ

đẹp きれい ←→ xấu 醜い　　　　　dễ やさしい ←→ khó 難しい
デッ(プ)　　　サウ　　　　　　　ゼー　　　　　　　ホー

sáng 明るい ←→ tối 暗い　　　　trắng 白い ←→ đen 黒い
サン　　　　　トーイ　　　　　　チャン　　　　　　デン

nhiều 多い ←→ ít 少ない　　　　giàu 裕福な ←→ nghèo 貧しい
ニエウ　　　　イッ(ト)　　　　　ザウ　　　　　　　ゲオ

xa 遠い ←→ gần 近い　　　　　　cao 高い ←→ thấp 低い
サー　　　　ガン　　　　　　　　カオ　　　　　　タッ(プ)

nặng 重い ←→ nhẹ 軽い　　　　　rộng 広い ←→ hẹp 狭い
ナン　　　　ニェー　　　　　　　ゾン　　　　　　ヘッ(プ)

trẻ 若い ←→ già 年とった　　　　đắt (値段)高い ←→ rẻ 安い
チェー　　　ザー　　　　　　　　ダッ(ト)　　　　　　ゼー

giỏi 優秀な ←→ kém 劣った　　　béo 太った ←→ gầy やせた
ゾーイ　　　　ケム　　　　　　　ベオ　　　　　　ガイ

nóng 暑い ←→ lạnh 寒い　　　　ấm 暖かい ←→ mát 涼しい
ノン　　熱い　　ライン　冷たい　　アーム　　　　　マッ(ト)

mềm 柔らかい ←→ cứng 硬い　　sâu 深い ←→ nông 浅い
メム　　　　　　クン　　　　　　サウ　　　　　　ノン

dày 厚い ←→ mỏng 薄い　　　　sớm 早い ←→ muộn 遅い
ザイ　　　　モーン　　　　　　ソーム　　　　　ムオン

đúng 正しい ↔ sai 間違った			chín 熟した ↔ xanh 未熟な	
nhanh 速い ↔ chậm 遅い			khô 乾いた ↔ ướt 濡れた	
cùng 同じ ↔ khác 他の				ẩm 湿った
sạch 清潔な ↔ bẩn 汚い			tròn 丸い ↔ vuông 四角の	
an toàn 安全な ↔ nguy hiểm 危険な				
yên tĩnh 静かな ↔ ồn ào 騒々しい				
thẳng まっすぐな ↔ cong 曲がった			ngọt 甘い ↔ cay 辛い	
vui 楽しい ↔ buồn 悲しい			ngon おいしい ↔ dở まずい	

おまけ！
khát のどがかわいた
đói 空腹な

nhiều と ít は, nhiều người〈たくさんの人〉のように名詞の前にきます。
ăn nhiều〈たくさん食べる〉のように副詞的にも使われます。
nhanh, chậm, sớm, muộn も普通は chạy nhanh〈速く走る〉とか,
đến muộn〈遅れてくる〉のように副詞的に使われます。

4 比較級と最上級

比較級は形容詞のあとに〈…よりも〉の意味の **hơn** を付けるだけです。
最上級は形容詞のあとに漢字「一」の漢越語 **nhất** を付けるだけです。同等表現は形容詞のあとに「同等の」という意味の **bằng** を付けるだけです。

Cái nhà này cao <u>hơn</u> cái nhà kia.
この家はあの家よりも高いです。

Vấn đề này khó <u>nhất</u>.　　この問題が一番難しいです。

Áo dài này đẹp bằng áo dài kia.
アオ ザイ ナイ デップ バン アオ ザイ キア
このアオザイはあのアオザイと同じぐらいきれいです。

語句　vấn đề ［問題］　áo dài　アオザイ
上着　長い

5 副詞

程度を示す副詞として以下のものがあります。語順に注意して下さい。

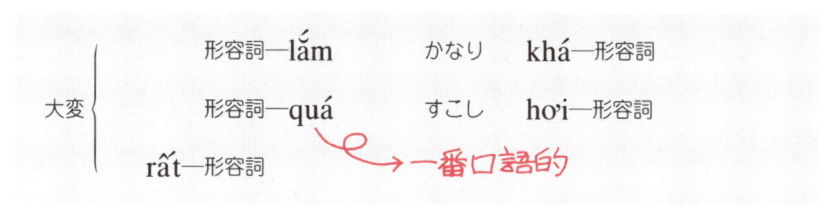

	形容詞—lắm	かなり	khá—形容詞
大変	形容詞—quá	すこし	hơi—形容詞
	rất—形容詞	→一番口語的	

なお，〈あまり／それほど…でない〉と言いたい場合は次のパターンです。

không—形容詞—lắm

Đồng hồ này không đắt lắm.
ドン ホー ナイ ホン ダッ(ト) ラム
この時計はそれほど高くありません。

Bài Đọc ［テキスト］

Tôi tên là Na-ca-đa. Tôi đang học tiếng Việt tại khoa tiếng Việt, trường Đại học Tổng hợp Hà Nội. Khoa tiếng Việt có rất nhiều sinh viên nước ngoài. Lớp tôi có 5 sinh viên. Tôi là người Nhật. Bốn bạn tôi là người Úc, người Pháp và hai người Hà Lan. Chúng tôi nói chuyện bằng tiếng Việt. Trước đây, tôi đã học tiếng Việt ở Mỹ. Tiếng Việt rất khó nhưng rất thú vị. Chúng tôi rất thích học tiếng Việt.

語句 tên là 名前は…です　đang（進行形）　tại …で　khoa 学科　trường 学校　đại học［大学］　tổng hợp［総合］　Hà Nội［河内］ハノイ　nước ngoài 外国　lớp クラス　bạn 友人　Úc オーストラリア　Hà Lan オランダ　nói 話す　chuyện 話　bằng …で　trước đây 以前　đã（過去時制）　nhưng しかし　thú vị おもしろい　thích 好きだ　có 持つ

訳 私の名前は中田です。私はハノイ総合大学のベトナム語学科でベトナム語を勉強しています。ベトナム語学科にはとても多くの外国の学生がいます。私のクラスには5人の学生がいます。私は日本人です。4人の友達はオーストラリア人とフランス人とオランダ人が2人です。私たちはベトナム語で話しをします。以前、私はアメリカでベトナム語を勉強しました。ベトナム語はとても難しいですが、とてもおもしろいです。私たちはベトナム語を勉強するのがとても好きです。

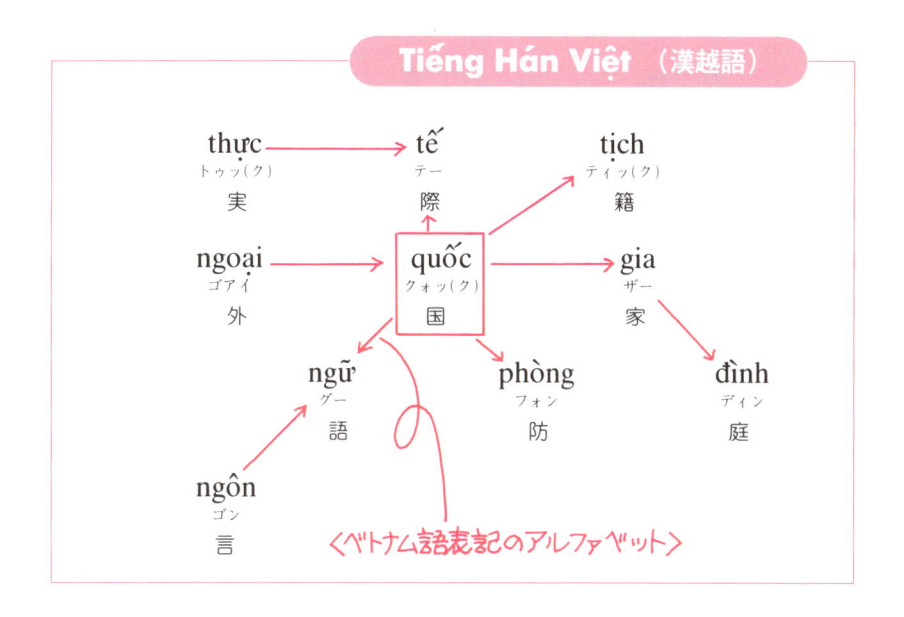

Bài Tập （練習問題）

1. 次の文を日本語に訳しなさい。

1. Bút bi này không đắt lắm.
2. Sách này mới hơn sách đó.
3. Mẹ tôi béo nhất.

2. 反意語を書きなさい。

1. ngắn ― (　　　　)
2. dễ ― (　　　　)
3. nóng ― (　　　　)
4. nhẹ ― (　　　　)
5. già ― (　　　　)
6. gần ― (　　　　)
7. sai ― (　　　　)
8. buồn ― (　　　　)
9. chậm ― (　　　　)
10. nguy hiểm ― (　　　　)

Tiếng Hán Việt （漢越語）

thực → tế　　tich
トゥッ(ク)　テー　ティッ(ク)
実　　際　　籍

ngoai → quốc → gia
ゴアイ　クォッ(ク)　ザー
外　　国　　家

ngữ　phòng　đình
グー　フォン　ディン
語　防　庭

ngôn
ゴン
言

〈ベトナム語表記のアルファベット〉

第4課　存在文

Track 13

① Trên bàn đó có ba quyển sách tiếng Đức.
　　チェン　バン　ドー　コー　バー　クィエン　サィック　ティエン　ドゥッ(ク)
　　　上に　　　　　　　ある 3　　　　　　　　　　　　ドイツ

② Ngoài sân có hai con chó.
　　ゴアイ　サン　コー　ハイ　コン　チョー
　　(外)に　庭　　　　2　　　　→（庭の外に）ではない

③ Dưới sông có năm chiếc thuyền.
　　ズオイ　ソン　コー　ナム　チェック　トゥイエン
　　(下)に　　　　　　5　　　隻　　船　→（川の下に）ではない

④ Cái xe đạp cũ này của tôi.
　　カイ　セー　ダッ(プ)　クー　ナイ　クーア　トイ
　　　　自転車　　　　　　　　　　　…のものです

⑤ Ông ấy là bác sĩ, phải không?
　　オン　エイ　ラー　バッ(ク)　シー　ファーイ　ホン
　　彼　　　　　　医者　　　　　…ですね

訳
① その机の上にドイツ語の本が三冊あります。
② 庭に犬が二匹います。
③ 川に船が五隻浮かんでいます。
④ この古い自転車は私のものです。
⑤ 彼は医者ですね。

Track 14

ポイント

1 存在文

存在文というのは「（どこか）に（なにか）がある」という文のことです。

位置を示す語―場所―có―(存在する)人・もの　　(もの)がある
　　　　　　　　　　　　　　　　　　　　　　　(人・動物)がいる

代表的な［位置を示す語］を十語覚えましょう。

| trong 中 | trên 上 | trước 前 | gần 近く | giữa 中央 |
| チョン | チェン | チュオッ(ク) | ガン | ズーア |

| ngoài 外 | dưới 下 | sau 後 | bên 側 | xung quanh 周囲 |
| ゴアイ | ズオイ | サウ | ベン | スン　クワイン |

Trong phòng này có bảy người.
チョン　フォン　ナイ　コー　バイ　グオイ
この部屋の中に七人の人がいます。

Ngoài sân có ba người.　　　庭に三人の人がいます。
ゴアイ　サン　コー　バー　グオイ

Trên trời có đám mây đen.　　空に黒い雲が浮かんでいます。
チェン　チョイ　コー　ダム　マイ　デン

(空の上に)ではない

Dưới ghế có một con mèo trắng.
ズオイ　ゲー　コー　モッ(ト)　コン　メオ　チャン
イスの下に白いネコが一匹います。

Trước ga đó có một ngân hàng.
チュオッ(ク)　ガー　ドー　コー　モッ(ト)　ガン　ハン
その駅の前に銀行があります。

Sau nhà tôi có một công viên nhỏ.
サウ　ニャー　トイ　コー　モッ(ト)　コン　ヴィエン　ニョー
私の家の後に小さな公園があります。

Gần đây có một nhà thờ.　　この近くに教会があります。
ガン　デイ　コー　モッ(ト)　ニャー　トー

Xung quanh sân vận động có nhiều cây.
スン　クワイン　サン　ヴァン　ドン　コー　ニエウ　カイ
運動場の周囲にはたくさんの木があります。

37

Giữa phòng có một cái bàn tròn.
ズーア　フォン　コー　モッ(ト)　カイ　バン　チョン
部屋の中央に丸いテーブルがあります。

Bên phải (trái) thư viện đó có một hiệu sách.
ベン　ファイ　チャイ　トゥー　ヴィエン　ドー　コー　モッ(ト)　ヒエウ　サィッ(ク)
その図書館の右（左）側に本屋があります。

（語句）　phòng 部屋　bảy 7　trời 空　đám かたまり　mây 雲　một 1　ga 駅　ngân hàng［銀行］　công viên ［公園］　nhà thờ 教会　sân vận động［運動］運動場　cây 木　phải 右　trái 左　thư viện［書院］図書館　hiệu sách 本屋

（注意）

ngoài sân, dưới sông, trên trời は文字通りにはそれぞれ、〈庭の外に〉、〈川の下に〉、〈空の上に〉という意味になります。しかし、これらの場合には話し手の位置からすると、〈庭は外の方にある〉、〈川は下の方にある〉、〈空は上の方にある〉という感覚で ngoài, dưới, trên を使っているわけです。

2 **của** の用法

của は所属を示し〈…の〉という意味になります。

　　　đồng hồ của tôi　　私の時計
　　　ドン　ホー　クーア　トイ

　　　đường lối của Đảng Cộng Sản　　共産党の方針
　　　ドゥオン　ロイ　クーア　ダーン　コン　サーン

しかし、この của がなくても誤解される恐れがない場合には省略されることが多いです。

　　　bố tôi (＝bố của tôi)　　私の父
　　　ボー　トイ　　ボー　クーア　トイ

　　　tai tôi (＝tai của tôi)　　私の耳
　　　タイ　トイ　　タイ　クーア　トイ

次のような場合には của のあるなしで意味が違ってくるので注意する必要があります。

quan điểm của lãnh đạo　　指導部の観点
クアン ディエム クーア ラィン ダオ

quan điểm lãnh đạo　　指導的観点

của は述語的に〈…のものである〉の意味でも使われます。

Đồng hồ này / của tôi.　　この時計は私のです。
ドン ホー ナイ　クーア トイ
　　主部　　　述部

語句 đường lối 方針　　tai 耳　　quan điểm〔観点〕　　lãnh đạo〔領導〕指導する

3 付加疑問文

平叙文の後に，(có) phải không? を付けると付加疑問文になります。

〈平叙文〉, (có) phải không?　　…でしょう，…ですね

この場合，平叙文は là 文でも，動詞文でも，形容詞文でもかまいません。

Chị là người Trung Quốc, phải không?
チー ラー グオイ チュン クオッ(ク) ファーイ ホン
あなたは中国人ですね。

Anh cũng mua, phải không?　　あなたも買うでしょう。
アイン クーン ムア ファーイ ホン

Cô ấy đẹp lắm, phải không?　　彼女は大変きれいですね。
コー エイ デッ(プ) ラム ファーイ ホン

語句 Trung Quốc〔中国〕　　cũng …も　　mua 買う

4 身体名称と関連動詞

ベトナム語	意味	ベトナム語	意味	ベトナム語	意味
đầu (ダウ)	頭	bắt đầu (バッ(ト) ダウ)	始まる，始める	nghĩ (ギー)	考える，思う
		hiểu (ヒェウ)	理解する	biết (ビエッ(ト))	知っている
mặt (マッ(ト))	顔	cười (クオイ)	笑う	khóc (ホッ(ク))	泣く
tai (タイ)	耳	nghe (ゲー)	聞く		
mắt (マッ(ト))	目	xem (セム)	見る	thấy (タイ)	見える
				nhìn (ニン)	見つめる
		ngủ (グー)	寝る	dậy (ザイ)	起きる
mũi (ムーイ)	鼻	ngửi (グーイ)	匂いをかぐ		
miệng (ミエン)	口	ăn (アン)	食べる	uống (ウオン)	飲む
		nói (ノーイ)	話す	đọc (ドッ(ク))	読む
tay (タイ)	手	viết (ヴィエッ(ト))	書く	làm (ラム)	する，働く
		cầm (カム)	つかむ	lấy (レイ)	取る
chân (チャン)	足	đi (ディー)	行く，歩く	chạy (チャイ)	走る
		đứng (ドゥン)	立つ	ngồi (ゴイ)	座る

手書きメモ:
- 声調が違うだけ！要注意（mặt と mắt）
- ai の a はやや長めに発音する
- ay の a は短く発音する

Hội Thoại [会話]

Xuân: Chào anh Ninh. Anh có khỏe không?
(スアン チャオ アイン ニン アイン コー ホーエ ホン)

Ninh: Chào chị Xuân. Cám ơn chị, tôi khỏe. Còn chị,
(ニン チャオ チー スアン カム オン チー トイ ホーエ コン チー)

　　　　chị khỏe không?

Xuân: Cám ơn anh, tôi bình thường.

Ninh: Xin giới thiệu, đây là anh Thêm, bạn tôi.

Thêm: Chào chị.

Xuân: Chào anh. Anh là sinh viên? ← 尻上りのイントネーションで

Thêm: Vâng, tôi là sinh viên. Còn chị, chị cũng là sinh viên? → 尻上りのイントネーションで

Xuân: Không, tôi không phải là sinh viên. Tôi là giáo viên.

語句　cám ơn = cảm ơn［感恩］ありがとう　còn …で，一方　bình thường［平常］いつも通り　giới thiệu［介紹］紹介する　bạn 友人　giáo viên［教員］

訳
スアン：ニンさん，こんにちは。お元気ですか。
ニン：スアンさん，こんにちは。どうもありがとう，元気です。で，あなたはお元気ですか。
スアン：どうもありがとう。相変わらずです。
ニン：紹介します。こちらは私の友人のテムさんです。
テム：こんにちは。
スアン：こんにちは。あなたは学生ですか。
テム：はい，私は学生です。で，あなたも学生ですか。
スアン：いいえ，私は学生ではありません。教員です。

Bài Tập （練習問題）

[1] 次の文を日本語に訳しなさい。

1. Trên ghế này có một con mèo đen.
2. Bút bi mới đó của tôi.
3. Vấn đề này không khó lắm, phải không?

[2] それぞれベトナム語を書きなさい。

1. 前
2. 後
3. 上
4. 下
5. 中
6. 外
7. 近く
8. 中央

Tiếng Hán Việt （漢越語）

政治 ②

ngoai giao　外交
ゴアイ　ザオ

đại sứ đặc mệnh　大使特命
ダイ　スー　ダッ(ク)　メイン

sứ quán　使館〈大使館〉
スー　クアン

quốc hội　国会
クオッ(ク)　ホイ

hiến pháp　憲法
ヒエン　ファッ(プ)

hòa bình　和平〈平和〉
ホワ　ビン

chiến tranh　戦争
チェン　チャイン

quân đội　軍隊
クアン　ドイ

độc tài　独裁
ドッ(ク)　タイ

dân chủ　民主
ザン　チュー

第5課 疑問詞疑問文

Track 17

① Bao giờ anh ấy trở lại?
　　いつ　　　　　　　戻る

② Phòng vệ sinh ở đâu?
　　トイレ［衛生］　ある どこ

③ Ai bảo anh thế?
　　誰　　　　そう

④ Cái này là cái gì?
　　　　　　　　何

⑤ Công việc của anh thế nào?
　　仕事　　　　　　どのよう

訳
① 彼はいつ戻りますか。
② トイレはどこにありますか。
③ 誰があなたにそう言ったのですか。
④ これは何ですか。
⑤ 仕事はどうですか。

Track 18

ポイント

1 疑問詞疑問文

疑問詞疑問文は日常生活で頻繁に使われます。基本的なものから順にしっかり覚えていきましょう。返答の仕方には簡単な一つの原則がありま

す。すなわち，疑問詞を答えの語に代えるだけで，語順は元のままというものです。もちろん，実際の会話では答えの語しか言わないこともあります。

例

①の返答文　Tuần sau anh ấy sẽ trở lại.
　　　　　　トゥアン　サウ　アィン　エイ　セー　チョー　ライ
　　　　　　来週彼は戻ってきます。

②の返答文　Phòng vệ sinh ở đó.　　　トイレはそこにあります。
　　　　　　フォン　ベー　シン　アー　ドー

④の返答文　Cái đó là băng nhạc.
　　　　　　カイ　ドー　ラー　バン　ニャック
　　　　　　それは音楽のカセットテープです。

Bao giờ ...? 文頭　（未来の）いつ…するか

... bao giờ? 文末　（過去の）いつ…したか

bao giờ が文頭にくる場合と文末にくる場合があります。意味が大きく違ってきますのではっきりと区別して覚えて下さい。

　　　Bao giờ chị ấy đi?　　　彼女はいつ行きますか。
　　　バオ　ゾー　チー　エイ　ディー

　　　Chị ấy đi bao giờ?　　　彼女はいつ行ったのですか。
　　　チー　エイ　ディー　バオ　ゾー

lúc mấy giờ　　　何時に…

具体的に〈何時に〉と言いたい場合の表現です。この場合は文頭文末の区別はありません。

　　　Mai chúng ta gặp nhau lúc mấy giờ?
　　　マイ　チュン　ター　ガッ(プ)　ニャウ　ルッ(ク)　マイ　ゾー
　　　明日，私たちは何時に会いましょうか。

　　　Mấy giờ hội nghị bắt đầu?　　　会議は何時に始まりますか。
　　　マイ　ゾー　ホイ　ギー　バッ(ト)　ダウ

→文頭の lúc は省いてもよい

... đâu?　　　　どこ

... ở đâu?　　　どこで

　　Anh đi đâu?　　　　　あなたはどこへ行きますか。
　　アィン ディー ダウ

　　Anh ấy ở đâu?　　　　彼はどこに住んでいますか。
　　アィン エイ アー ダウ　　→動詞〈住む〉

　　Máy tính của anh ở đâu?
　　マイ ティン クーア アィン アー ダウ　　→動詞〈ある〉
　　あなたの計算器はどこにありますか。

　　Chị đã học tiếng Anh ở đâu?
　　チー ダー ホッ(ク) ティエン アィン アー ダウ　　→前置詞〈～で〉
　　あなたはどこで英語を勉強しましたか。

ai?　　誰

　　Ai đã làm việc đó?　　　誰がその事をしましたか。
　　アイ ダー ラム ヴィェッ(ク) ドー

　　Anh đi với ai?　　　　あなたは誰と行きますか。
　　アィン ディー ヴォイ アイ

　　Cái này của ai?　　　　これは誰のですか。
　　カイ ナイ クーア アイ

gì?　　何

　　Anh ấy đã nói gì?　　　彼は何と言いましたか。
　　アィン エイ ダー ノーイ ジー

　　Anh làm (nghề) gì?　　あなたは何（職業）をしていますか。
　　アィン ラム ゲー ジー

Anh làm gì?は「何をしているところですか」という意味にもとれますが、場面から容易に判別できるはずです。なお、làm nghề gì? に対しては〔là ―職業〕で答えます。

45

Tôi là nhà báo. 私は新聞記者です。

... nào? どの, どちらの

Chị thích cái nào hơn? あなたはどちらの方が好きですか。
→〈より以上〉の意味

なお, nào は cũng〈〜も〉と連結し強意表現のパターンとしてよく使われます。

Người nào cũng đi. = Ai cũng đi.
どの人も（みんな）行きます。

Lúc nào cũng được. どの時（いつ）でもいいです。

(Tại) sao ...? なぜ…

Vì ... なぜならば…

Sao anh ấy không đến được?
なぜ彼は来ることが出来ないのですか。

Vì mẹ anh ấy bị ốm nặng.
なぜならば彼の母親が重病だからです。

mấy ...? いくつ（10ぐらいまでの少ない数について）

bao nhiêu ...? いくつ（それ以上の数について）

Gia đình chị có mấy người? あなたの家は何人家族ですか。

Tháng này có bao nhiêu ngày? 今月は何日ありますか。

形容詞—bao nhiêu?　　どれくらい(の)…

Anh nặng bao nhiêu (kilôgam)?　　体重は何キロですか。
アィン　ナン　バオ　ニエウ　キロガム

Chị cao bao nhiêu (xentimét)?　　身長は何センチですか。
チー　カオ　バオ　ニエウ　センティメッ(ト)

bao lâu?　　どのくらい（の期間）

Anh định ở đây bao lâu?
アィン　ディン　アー　デイ　バオ　ラウ
あなたはここにどのくらいいるつもりですか。

Lần này anh đi bao lâu?
ラン　ナイ　アィン　ディー　バオ　ラウ
今回はどのくらいの期間行くのですか。

(như) thế nào?　　どんな，どのよう

Tai nạn đó xảy ra thế nào?
タイ　ナン　ドー　サイ　ザー　テー　ナオ
その事故はどのように起こりましたか。

Xe hơi của bạn anh như thế nào?
セー　ホイ　クーア　バン　アィン　ニュー　テー　ナオ
君の友達の車はどんな車ですか。

語句　tuần sau 来週　băng テープ　nhạc［楽］音楽　mai 明日　hội nghị［会議］　bắt đầu 始まる　đi 行く　máy tính 計算器　làm する　việc 事　với …と　nhà báo 新聞記者　thích 好き　hơn …より　được 結構な　đến 来る　được（可能）　bị ốm 病気である　nặng 重い　gia đình 家庭　tháng 月　ngày 日　định …つもり　lần 回，度　tai nạn［災難］事故　xảy ra 起こる　xe hơi 車　như …ように

47

2 不定疑問文

疑問詞は動詞文の疑問文パターン［có … không?］の中で用いられると不定的意味になりますので注意して下さい。

Hôm nay anh đi đâu?　　今日あなたはどこへ行きますか。

Hôm nay anh có đi đâu không?
今日あなたはどこかへ行きますか。

Đêm qua anh gọi điện cho ai?
昨夜あなたは誰に電話をかけましたか。

Đêm qua anh có gọi điện cho ai không?
昨夜あなたは誰かに電話をかけましたか。

語句　hôm nay 今日　đêm qua 昨夜　gọi điện 電話する　cho (人)に

— đêm hôm qua 〈昨日〉

3 選択疑問文

X hay (là) Y?　　XかYか, XあるいはY

Cái đó màu đỏ hay trắng?　　それは赤いですか, 白いですか。

Đứa bé là trai hay là gái?
赤ん坊は男の子ですか, それとも女の子ですか。

→ 省略

X hay không (X)?　　XかXでないか

Chị mua cái này hay không?
あなたはこれを買いますか, 買いませんか。

Anh có nhiều tiền hay không?
アィン コー ニエウ ティエン ハイ ホン
あなたはお金をたくさん持っていますか, 持っていませんか.

> 語句　màu 色　đỏ 赤　đứa bé 赤ん坊　có 持つ　tiền 金

Biểu Hiện [表現]

お礼とお詫び

1. Cám ơn anh.
   カム オン アィン

2. Xin cảm ơn ông.
   シン カーム オン オン

3. Không có chi.
   ホン コー チー

4. Chính tôi phải cảm ơn anh.
   チン トイ ファーイ カーム オン アィン

5. Tôi không biết nói gì để cảm ơn bà.
   トイ ホン ビェッ(ト) ノーイ ジー デー カーム オン バー

6. Xin lỗi anh.
   シン ローイ アィン

7. Thành thật xin lỗi ông.
   タィン タッ(ト) シン ローイ オン

8. Không sao.
   ホン サオ

9. Xin lỗi, tôi để chị phải đợi.
   シン ローイ トイ デー チー ファーイ ドイ

10. Tôi không có ý xấu.
    トイ ホン コー イー サウ

> 語句　chi = gì 何　chính (強調) …こそ　phải …ねばならない
> biết 知っている　để …ために　thành thật 誠実な　sao

49

問題である　để　…させる　đợi　待つ　ý［意］考え

訳
1. ありがとう。
2. どうもありがとうございます。
3. どういたしまして。
4. こちらこそどうもありがとうございました。
5. 私はあなたに感謝するために何を言えばいいのか分かりません。
   >お礼の言葉もありません。
6. すみません。
7. 誠に申し訳ありません。
8. 気にしないで下さい。（問題ありません）
9. お待たせして申し訳ありません。
10. 私は悪い考えは持っていませんでした。>悪気はなかったのです。

Bài Tập　（練習問題）

[1]　次の文を日本語に訳しなさい。

1. Xe hơi kia của ai?
2. Anh ấy về nước bao giờ?
3. Chị mua cái này ở đâu?

　　về nước　帰国する

[2]　(　) の中に適語を入れなさい。

1. Chị ấy làm gì?
   Chị ấy (　　　) giáo viên.
2. Tại sao cô ấy không đi học?
   (　　　) cô ấy bị ốm.
3. Anh thích cái nào hơn, cái này (　　　) cái kia?

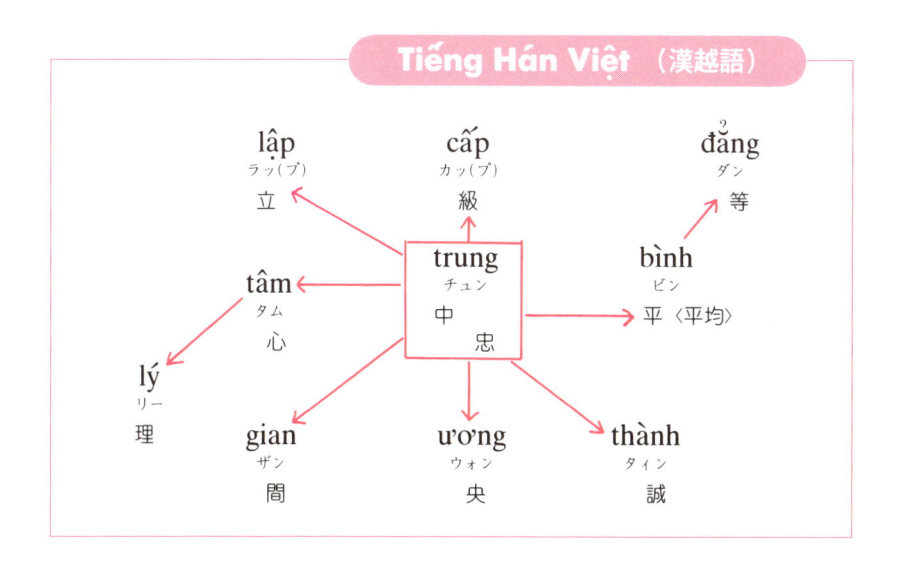

Tiếng Hán Việt (漢越語)

- lập ラッ(プ) 立
- cấp カッ(プ) 級
- đẳng ダン 等
- tâm タム 心
- trung チュン 中 / 忠
- bình ビン 平 〈平均〉
- lý リー 理
- gian ザン 間
- ương ウォン 央
- thành タィン 誠

第6課 数と関連表現

① <u>Năm nay</u> là năm 1995 (một nghìn chín trăm chín
   今年　　　　　　年
   mươi lăm).

② Năm nay tôi 38 (ba mươi tám) <u>tuổi</u>.
   　　　　　　　　　　　　　　　　年齢

③ <u>Một số</u> người đã <u>về</u> nhà rồi.
   一部の　　　　　　帰る

④ <u>Tất cả</u> các sinh viên <u>đều</u> <u>có mặt</u>.
   全ての　　　　　　　そろって　出席する

〈顔がある ↔ vắng mặt 顔がない〉
欠席する

⑤ <u>Tòa nhà</u> này cao <u>chừng</u> 75 (bảy mươi lăm) <u>mét</u>.
   ビル　　　　　　約　　　　　　　　　　　　メートル

訳
① 今年は1995年です。
② 今年私は38才です。
③ 一部の人はもう家へ帰りました。
④ 全ての学生がそろって出席しています。
⑤ このビルは高さ約75メートルです。

ポイント

1 数

数は年月日，曜日（第7課参照），時間，買い物，回数など日常生活の中で大変よく使われますので，間違わないように正確に覚える必要があります。

11以上の数は基本的には1～10の数の組み合わせですが，一部声調が変化したり，他の語に変わる場合があるので注意して下さい。

1	một モッ(ト)	11	mười một ムオイ モッ(ト)	21	hai mươi mốt ハイ ムオイ モッ(ト)
2	hai ハイ	12	mười hai	22	hai mươi hai
3	ba バー	13	mười ba	. .	. . .
4	bốn ボン	14	mười bốn	. .	. . .
5	năm ナム	15	mười lăm ラム	. .	. . .
6	sáu サウ	16	mười sáu		
7	bảy バイー	17	mười bảy		
8	tám タム	18	mười tám		
9	chín チン	19	mười chín		
10	mười ムオイ	20	hai mươi ムオイ		

100　một trăm
　　　モッ(ト) チャム

1000　một nghìn （または ngàn）
　　　　モッ(ト) ギン　　　　　　ガン

1万	mười nghìn (ムオイ ギン) ← 10個の1000 một vạn (モッ(ト) ヴァン)	10万	một trăm nghìn (モッ(ト) チャム ギン) ← 100個の1000 mười vạn (ムオイ ヴァン)
100万	một triệu (モッ(ト) チエウ)	千万	mười triệu (ムオイ チエウ) ← 10個の100万
一億	một trăm triệu (モッ(ト) チャム チエウ) ← 100個の100万	十億	một tỷ (モッ(ト) ティー)

⇩ 日本語と異なるので要注意！

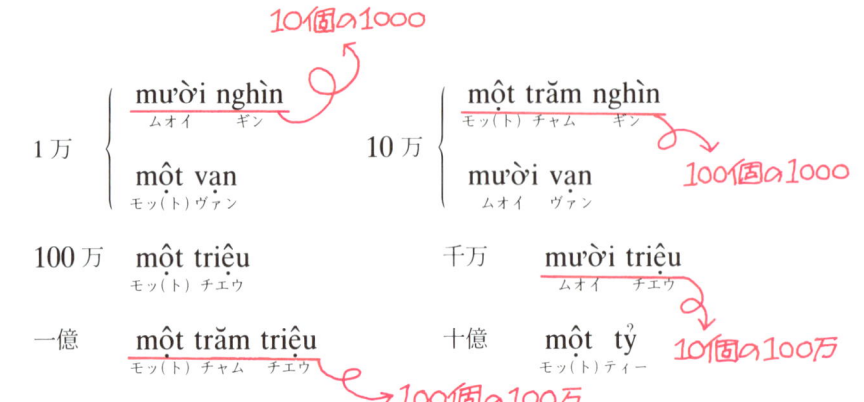

注意すべき点

- 20以上は　mười→mươi
- 21以上の1は　một→mốt
- 15以上の5は　năm→lăm

0の読み方

- không または zê-rô
- 10の位の時は　linh〔零〕（または lẻ）
    - 101　một trăm linh một
- 他の位の時は　không
    - 1015　một nghìn không trăm mười lăm
        - 0百

chục について

20, 30のような場合には，hai mươi, ba mươi の代わりに，hai chục, ba chục のように chục という語がよく使われますので覚えておく必要があります。

2通りの読み方がある数

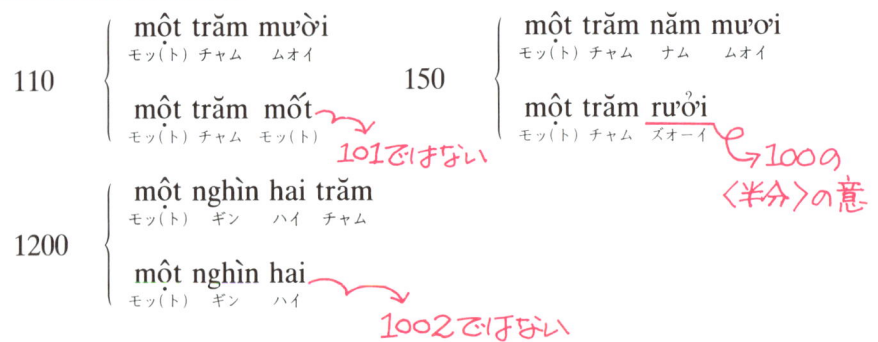

110	một trăm mười (モッ(ト) チャム ムオイ) một trăm mốt (モッ(ト) チャム モッ(ト)) → 101ではない	150	một trăm năm mươi (モッ(ト) チャム ナム ムオイ) một trăm rưỡi (モッ(ト) チャム ズオイ) → 100の〈半分〉の意
1200	một nghìn hai trăm (モッ(ト) ギン ハイ チャム) một nghìn hai (モッ(ト) ギン ハイ) → 1002ではない		

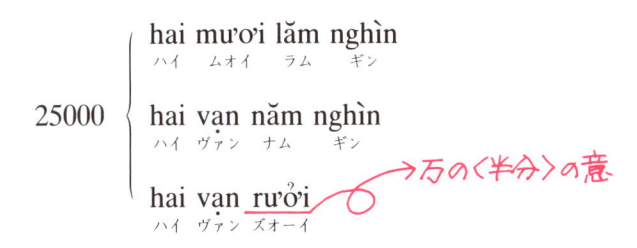

25000 { hai mươi lăm nghìn
       hai vạn năm nghìn
       hai vạn rưởi →万の〈半分〉の意

まず，最初は1から10までをしっかりと覚えて下さい。次に100まで，その次には1000までと一段一段確実に身につけていって下さい。特に，1万と10万は二通りの言い方がありますので十分注意して下さい。

2 序数詞

第一	thứ nhất	第六	thứ sáu
第二	thứ hai	第七	thứ bảy
第三	thứ ba	第八	thứ tám
第四	thứ tư	第九	thứ chín
第五	thứ năm	第十	thứ mười

3 数の関連表現

mọi	すべての
mỗi	それぞれの

(英語の) every / each に相当

Mọi người đều phải giữ bí mật này.
みんなそろってこの秘密を守らなければいけません。

Mỗi cái giá 5 nghìn đồng.   一個それぞれ5千ドンです。

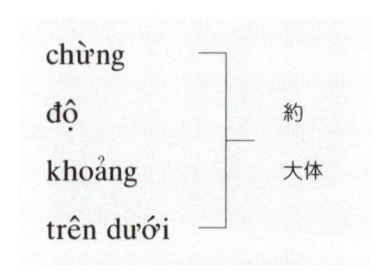

chừng	約
độ	
khoảng	大体
trên dưới	

độ hai trăm người　　約200人

khoảng một cây số　　約1キロメートル

trên dưới ba chục người　　30人前後の人
〈～の上下〉の意味から〈前後〉

語句　giữ　守る　　bí mật［秘密］　　đồng　ドン（ベトナムの貨幣単位）
　　　　cây số　キロメートル

4 年令表現

Năm nay anh bao nhiêu tuổi?　　今年，あなたは何才ですか。
　　　　　　　　↑多い数について

(Năm nay) Tôi 47 (bốn mươi bảy) tuổi.　　47才です。

子供についての場合は違う言い方をします。

Năm nay em trai của anh lên mấy tuổi?
今年，君の弟はいくつになりましたか。

(Năm nay) Em tôi lên 6 tuổi.
僕の弟は6才になりました。
　　　　　　　　10ぐらいまでの数について

語句　lên　上がる

5 **値段表現**

Cái này giá bao nhiêu tiền ?　　これはいくらですか。

Cái đó giá 8 vạn đồng.　　それは8万ドンです。

Trứng gà này giá bao nhiêu một quả?
この卵は一個いくらですか。

Một nghìn một quả.　　一個千ドンです。

giá, tiền, đồng は省かれることもあります。

語句　(con) gà　鶏

Bài Đọc [テキスト]

Bạn tôi

Tôi có một người bạn trai rất thân. Anh ấy tên là Chấn. Chấn là người cùng quê với tôi. Chấn học giỏi và rất thông minh. Tốt nghiệp đại học, Chấn gia nhập quân đội nhân dân Việt Nam. Khi làm xong nghĩa vụ quân sự trở về, Chấn được làm cán bộ giảng dạy Khoa Vật lý. Năm nay Chấn 28 (hai mươi tám) tuổi. Anh ấy đã có gia đình. Vợ anh ấy rất đảm đang. Chị ấy làm việc ở thư viện

trường. Họ đã có hai con, một trai, một gái. Các con anh ấy đều
チュオン　ホ　ダー　コー　ハイ　コン　モッ(ト)　チャイ　モッ(ト)　ガイ　カッ(ク)　コン　アィンエイ　デウ

ngoan và vâng lời bố mẹ.
ゴワン　ヴァー　ヴァン　ロイ　ボー　メー

語句　thân 親しい　quê 故郷　thông minh [聡明]　tốt nghiệp [卒業]　gia nhập [加入]　quân đội [軍隊]　nhân dân [人民]　xong …し終える　nghĩa vụ [義務]　quân sự [軍事]　cán bộ giảng dạy 教育 [幹部]　khoa 学科　vật lý [物理]　gia đình [家庭]　đảm đang よくできた，しっかりした　ngoan りこうな　vâng lời 言うことを聞く

訳

友人

　私にはとても親しい男友達が一人います。彼はチャンという名前です。チャンは私と同郷の人です。チャンはよく勉強ができ，とても頭がいいです。大学を卒業すると，チャンはベトナム人民軍へ入隊しました。軍事義務を終えて戻った時，チャンは物理学科の教育幹部になることができました。

　今年，チャンは28才です。彼はすでに家庭を持っています。彼の妻はとてもしっかりしています。彼女は学校の図書館で働いています。彼らにはすでに二人の子供がいます。一人は男の子で，一人は女の子です。彼の子供たちはみな，りこうで両親の言うことをよく聞きます。

Bài Tập （練習問題）

1. 次の文を日本語に訳しなさい。

1. Năm nay mẹ chị bao nhiêu tuổi?
2. Cái nhà này giá bao nhiêu tiền?
3. Tất cả mọi người đều đi.

2. 次の数字の読み方をベトナム語で書きなさい。

1. 16
2. 409
3. 238
4. 1995
5. 170000

Tiếng Hán Việt （漢越語）

経済 ①

kinh tế キン テー	経済	sản xuất サーン スアッ(ト)	産出〈生産〉
kinh doanh キン ゾアィン	経営	lao động ラオ ドン	労働
thương nghiệp トゥオン ギエッ(プ)	商業	vật giá ヴァッ(ト) ザー	物価
xí nghiệp シー ギエッ(プ)	企業	thu nhập トゥー ニャッ(プ)	収入
kỹ thuật キー トゥアッ(ト)	技術	thị trường ティー チュオン	市場〈マーケット〉

第7課 時間と関連表現

Track 23

① Bây giờ mấy giờ rồi?
　　バイ　ゾー　マイ　ゾー　ゾイ
　　今　　　　何時

② Hôm nay là thứ mấy?
　　ホム　ナイ　ラー　トゥー　マイ
　　今日　　　　　　何曜日

③ Hôm nay là ngày bao nhiêu?
　　ホム　ナイ　ラー　ガイ　バオ　ニエウ
　　今日　　　　　　何日

④ Năm nay là năm bao nhiêu?
　　ナム　ナイ　ラー　ナム　バオ　ニエウ
　　　　　　　　　　　何年

⑤ Anh sinh năm nào?
　　アィン　シン　ナム　ナオ
　　　　　生まれる　何年　→〈特定の〉の意

訳
① 今，何時になりましたか。
② 今日は何曜日ですか。
③ 今日は何日ですか。
④ 今年は何年ですか。
⑤ あなたは何年生まれですか。

ポイント

1 時間

bây giờ	mấy giờ	giờ	phút
今	何時	時	分

時間の聞き方・答え方には二通りあります。

Bây giờ là mấy giờ?　　今何時ですか。

Bây giờ là 3 giờ.　　今3時です。

3 giờ 15 (mười lăm) (phút).　　3時15分です。
→ 省くのが一般的

Bây giờ mấy giờ rồi?　　今何時になりましたか。/ なりますか。

Bây giờ 3 giờ rồi.　　今3時になりました。

3 giờ 15 (mười lăm) (phút) rồi.　　3時15分になりました。

～時半と～時…分前

半（30分）の言い方には二通りあります。

　ba giờ ba mươi (phút)　　3時30分

　ba giờ rưỡi　　3時半

　bốn giờ kém năm (phút)　　4時5分前
　　〈不足の〉の意

もちろん 3 時55分と言うことも出来ます。

ba giờ năm mươi lăm (phút)
バー ゾー ナム ムオイ ラム フッ(ト)

丁度〜時

đúng〈正しい〉を用いますが語順は前後どちらでもかまいません。

đúng 3 giờ / 3 giờ đúng
ドゥン バー ゾー バー ゾー ドゥン

〜時と〜時間

「時間」はいくつか言い方があります。đồng hồ（時計）を付ければ確実です。giờ は「時間」の意味でも使われますので注意して下さい。

時	時　間
3 giờ　3時 バー ゾー	3 giờ　　ここでは〈言葉〉の意味ではない 3 tiếng ティエン　　　　　　3時間 3 giờ đồng hồ 　　　ドン ホー 3 tiếng đồng hồ
3 giờ 10 (phút) バー ゾイ ムオイ フッ(ト) 3時10分	3 {tiếng / giờ} 10 phút　3時間10分
mấy giờ?　何時 マイ ゾー	mấy {giờ / tiếng} đồng hồ?　何時間

② 年の言い方

去年	今年	来年
năm ngoái ナム ゴアイ	năm nay ナム ナイ	sang năm サン ナム
năm qua ナム クワー		năm tới ナム トイ

(手書き注: nàyではないので注意 nayは〈現在〉の意)
(手書き注: 語順に注意!)

Năm nay là năm bao nhiêu?　今年は何年ですか。
ナム ナイ ラー ナム バオ ニエウ

Năm nay là năm 1995 (một nghìn chín trăm chín mươi
ナム ナイ ラー ナム モッ(ト) ギン チン チャム チン ムオイ

lăm).　今年は1995年です。
ラム

③ 月の言い方

先月	今月	来月
tháng trước タン チュオッ(ク)	tháng này タン ナイ	tháng sau タン サウ

Tháng này là tháng mấy?　今月は何月ですか。
タン ナイ ラー タン マイ

Tháng này là tháng 9.　今月は9月です。
タン ナイ ラー タン チン

Một năm có 12 (mười hai) tháng.　一年には12カ月あります。
モッ(ト) ナム コー ムオイ ハイ タン

1月	tháng giêng (タン ジエン)	5月	tháng năm (タン ナム)	9月	tháng chín (タン チン)
2月	tháng hai (ハイ)	6月	tháng sáu (サウ)	10月	tháng mười (ムオイ)
3月	tháng ba (バー)	7月	tháng bảy (バイー)	11月	tháng mười một (ムオイ モッ(ト))
4月	tháng tư (トゥー)	8月	tháng tám (タム)	12月	tháng mười hai (ムオイ ハイ) / tháng chạp (チャッ(プ))

※4月だけ序数詞

4 週の言い方

先週	今週	来週
tuần trước (トゥアン チュオッ(ク))	tuần này (トゥアン ナイ)	tuần sau (トゥアン サウ)

Một tuần có mấy ngày?　一週間は何日ですか。
モッ(ト) トゥアン コー マイ ガイ

Một tuần có bảy ngày.　一週間は七日です。
モッ(ト) トゥアン コー バイー ガイ

5 日の言い方

※nàyではない(ジョーダンではナイ！)
※hômではない

昨日	今日	明日
hôm qua (ホム クワー)	hôm nay (ホム ナイ)	ngày mai (ガイ マイ)

日付の言い方は1日から10日までの場合と11日から月末までの場合で異なりますので注意しましょう。

1日〜10日：数字の前に mồng (mùng) を付けます。

64

Hôm nay là (ngày) mồng mấy?　　今日は何日ですか。

Hôm nay là (ngày) mồng 6.　　今日は6日です。

11日～月末：11以上の数なので **bao nhiêu** を使います。

Hôm nay là ngày bao nhiêu?　　今日は何日ですか。

Hôm nay là ngày 26 (hai mươi sáu).　　今日は26日です。

6 曜日

日曜日以外は序数詞を用い「第何番目の日」という言い方をします。

日曜日	(ngày) chủ nhật [主日]	木曜日	(ngày) thứ năm
月曜日	(ngày) thứ hai	金曜日	(ngày) thứ sáu
火曜日	(ngày) thứ ba	土曜日	(ngày) thứ bảy
水曜日	(ngày) thứ tư		

（日常的には省くのが一般的）
→日の場合と同様に序数詞

Hôm nay là thứ mấy?　　今日は何曜日ですか。

Hôm nay là thứ sáu.　　今日は金曜日です。

（日本語と正反対の語順に注意！）

Hôm nay là thứ bảy ngày 15 (mười lăm) tháng 7 năm 1995

(một nghìn chín trăm chín mươi lăm).

今日は1995年7月15日土曜日です。

Sinh nhật của anh là ngày nào?
シン ニャッ(ト) クーア アィン ラー ガイ ナオ
あなたの誕生日は何日ですか。

Sinh nhật của tôi là ngày 29 (hai mươi chín) tháng 4.
シン ニャット クーア トイ ラー ガイ ハイ ムオイ チン タン トゥー
私の誕生日は4月29日です。

上の例文のように、「…年…月…日（曜日）」という場合、ベトナム語では「(曜日) 日…月…年…」と語順が全く逆になります。

7 朝・昼・夜など

buổi sáng 朝・午前　　buổi trưa 昼
ブオーイ　サン　　　　　ブオーイ　チュア

buổi chiều 午後・夕方　buổi tối 夜
ブオーイ　チェウ　　　　ブオーイ　トイ

buổi は〈一日の特定の時間帯〉の意。

朝・午後・夜と昨日・今日・明日を結合させると次のようになります。

	昨 日	今 日	明 日
朝	sáng qua サン　クワー	sáng nay サン　ナイ	sáng mai サン　マイ
午後	chiều qua チェウ　クワー	chiều nay チェウ　ナイ	chiều mai チェウ　マイ
夜	tối qua トイ　クワー	tối nay トイ　ナイ	tối mai トイ　マイ

8 季節

bốn mùa (四季)　mùa xuân [春]　mùa hè / hạ [夏]
ボン　ムア　　　　　ムア　スアン　　　　ヘー　ハー

→普通用いるのは hè のほう

mùa thu [秋]　mùa đông [冬]　mùa mưa 雨季　mùa khô 乾季
トゥー　　　　　ドン　　　　　　ムア　ムア　　　　ムア　ホー

9 その他の関連表現

ngay bây giờ　今すぐ

hôm nọ　先日

lúc nãy　ついさっき

hôm sau　翌日

gần đây　最近

ngày nghỉ　休日

hiện nay　現在

lịch　[暦]

quá khứ　[過去]

dương lịch　[陽暦]

tương lai　[将来]

âm lịch　[陰暦]

đầu năm / tháng　年初／月初

cuối năm / tháng / tuần　年末／月末／週末

hàng năm / tháng / ngày　毎年／毎月／毎日

suốt ngày / đêm　一日中／一晩中

cách đây ... năm / tháng / ngày　今から…年／月／日前に

đây →〈今〉の意

ngày nào cũng được　どの日でもいい＞いつでもいい

cách → [隔]〈～からへだたる〉の意

Hội Thoại [会話]

Chồng: Bây giờ mấy giờ rồi?

Vợ: Sáu giờ kém 15.

C: Đồng hồ báo thức chậm.

V: Có thể...

C: (Theo) Đồng hồ đeo tay của anh bây giờ 5 giờ rưỡi.

V: Thế à, nhưng cũng đến giờ dậy rồi.

C: Hôm nay chúng ta đừng đi muộn nữa.

V: Không muộn đâu.

C: Tuần này chúng ta đi muộn hai lần rồi đấy.

V: Chắc hôm nay không muộn. Chúng ta đi ăn sáng đi.

C: Chúng ta đi sớm 10 phút nhé.

V: Đồng ý. Nhanh lên rồi đi.

夫婦や恋人同士のように親密な関係にある男女は一人称・二人称ともに anh と em を用います。

話し手	一人称	二人称
男	anh 僕	em 君
女	em わたし	anh あなた

語句
đồng hồ báo thức 目覚まし時計   có thể …かもしれない
theo …によると   đồng hồ đeo tay 腕時計   nhưng しかし
đến giờ 時間になる   dậy 起きる   đừng …してはいけない
đi muộn 遅刻する   chắc きっと   ăn sáng 朝食をとる
đồng ý [同意]   nhanh lên 急ぐ   rồi そして

訳
夫：今何時になった？
妻：6時15分前よ。
夫：目覚まし時計遅れているよ。
妻：かもしれないわ。
夫：僕の腕時計だと今5時半だよ。
妻：そうなの，でももう起きる時間よ。
夫：今日は我々はもはや遅刻するわけにはいかない。
妻：遅れるものですか。
夫：今週，我々は二度も遅刻しているんだ。
妻：きっと今日は遅れないわ。さあ朝御飯にしましょう。
夫：10分早く出かけようよ。
妻：分かったわ。さあ急ぎましょう。

Bài Tập （練習問題）

1 次の文を日本語に訳しなさい。

1. Bây giờ tám giờ mười lăm rồi.

2. Hôm nay là thứ bảy.

3. Năm nay là năm một nghìn chín trăm chín mươi lăm.

2 （ ）の中に適語を入れなさい。

1. hôm qua —— hôm nay —— (　　　) mai

2. năm ngoái —— năm nay —— (　　　) năm

3. tháng chạp —— tháng (　　　) —— tháng hai

4. thứ ba —— thứ (　　　) —— thứ năm

5. (　　　) —— trưa —— chiều —— tối

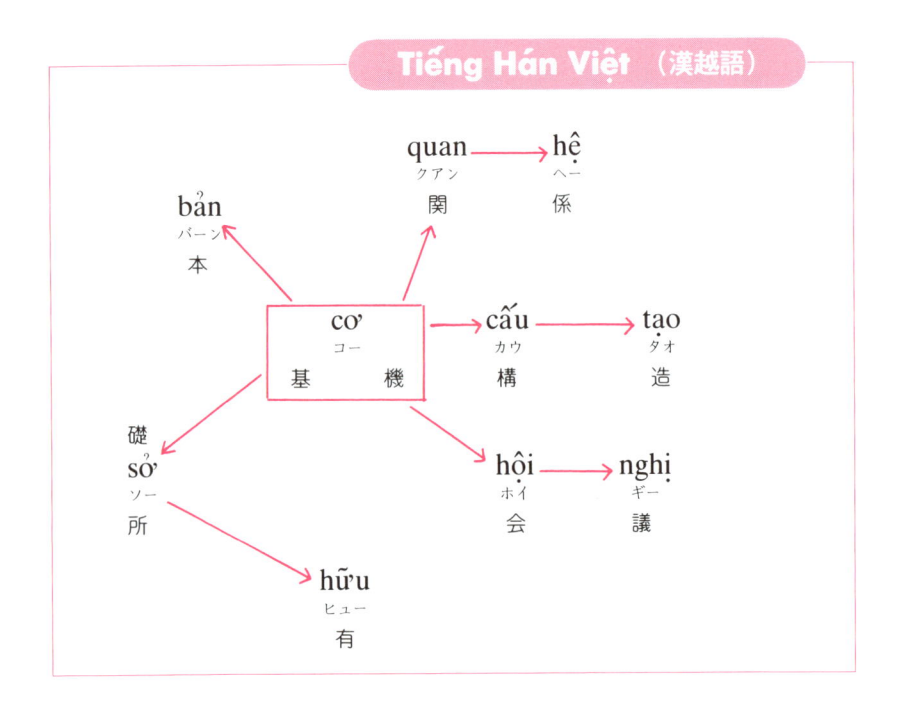

Tiếng Hán Việt （漢越語）

```
        quan ──→ hệ
        クアン    ヘー
         関      係

bản
バーン
 本
        ┌─────────┐
        │   cơ    │──→ cấu ──→ tạo
        │   コー   │    カウ     タオ
        │  基 機   │    構      造
        └─────────┘
礎
sở                  hội ──→ nghị
ソー                ホイ      ギー
 所                  会      議

        hữu
        ヒュー
         有
```

70

第8課 副詞

Track 29

① Có lẽ đó là kính của bạn tôi.
　多分　　　　　メガネ

② Hình như trời sắp mưa.
　…ようだ　天気 もうすぐ 雨がふる

③ Chị ấy thường đọc sách ở thư viện.
　　　　よく　　　　　　　…で

④ Tôi tự may lấy áo dài này.
　[自] 縫う 自分で

⑤ Tôi sẽ làm bất cứ việc gì để sống.
　(未来時制) どんな〜でも　仕事　…ため 生きる

訳
① 多分，それは私の友達のメガネでしょう。
② もうすぐ雨が降ってきそうです。
③ 彼女はよく図書館で本を読みます。
④ 私は自分でこのアオザイを縫いました。
⑤ 私は生きていくためにはどんな仕事でもします。

ポイント

副詞はとても多種多様です。この課では代表的なものだけを文中の位置を基準にしてまとめてみました。

1 文頭の副詞

Chắc (chắn) ～　　きっと～にちがいない

　Chắc anh ấy sẽ thành công.　きっと彼は成功するにちがいない。

Có thể ～　　～かもしれない

　Có thể hôm nay trời mưa.　今日は雨が降るかもしれません。

Vì thế　　だから
Vì vậy　　それゆえに

　Vì thế mọi người đều tán thành.
　それゆえにすべての人がそろって賛成しました。

Trái lại　　逆に、反対に

　Trái lại tôi không thể tập trung được.
　反対に私は集中することができません。

Tóm lại　　要するに

　Tóm lại vấn đề ở chỗ này.　要するに問題はここにあるのです。

Tất nhiên [必然]
Đương nhiên [当然]　　もちろん

　Tất nhiên ai cũng có lúc sai lầm.
　もちろん誰でも時には間違えることがあります。

〈～の時を持つ〉
〈時には～〉

(Dù) Thế nào ~ cũng   どんなことがあっても、どうしても

Thế nào tôi cũng phải thi đỗ.
テー ナオ トイ クーン ファーイ ティー ドー
どうしても私は試験に合格しなければなりません。

Thật ra   本当は、実際

Thật ra đó chỉ là một vấn đề đơn giản.
タッ(ト) ザ ドー チー ラー モッ(ト) ヴァン デー ドン ザーン
本当はそれは易しい問題でしかありません。

語句 thành công [成功]　mưa 雨が降る　đều 一様に　tán thành [賛成]　tập trung [集中]　chỗ 所　sai lầm 間違った　thi đỗ 試験に合格する　chỉ ただ　đơn giản [単簡] 簡単な

2 動詞の前の副詞

~ cũng   ~も

Tôi cũng muốn đi.　私も行きたいです。
トイ クーン ムオン ディー

~ vẫn   相変わらず、依然として

Tôi vẫn khỏe.　私は相変わらず元気です。
トイ ヴァーン ホーエ

~ còn   まだ

Anh ấy còn chờ anh ở khách sạn.
アィン エイ コン チョー アィン アー ハィッ(ク) サン
彼はまだホテルであなたを待っています。

73

~ cùng   ともに，一緒に

Chúng ta cùng đi xem.   私たちは一緒に見に行きましょう。

~ hãy   ~しましょう

Chúng ta hãy bắt đầu.   さあ始めましょう。

~ luôn luôn   いつも

Anh ấy luôn luôn nghĩ đến bạn gái.
彼はいつもガールフレンドのことを考えています。

~ ít khi   めったに~しない

Anh ấy ít khi viết thư cho bố mẹ.
彼はめったに両親に手紙を書きません。

~ hay   しばしば，よく

Anh có hay đi Mỹ không?
あなたはよくアメリカへ行きますか。

~ tự   自分で

Chị ấy tự dịch cuốn này ra tiếng Anh.
彼女は自分でこの本を英語に訳しました。

> **語句**　muốn …したい　chờ 待つ　đến …のことを　bạn gái ガールフレンド　dịch 訳す　ra …に

3 動詞の後の副詞

lại　　また

Anh đọc lại ba lần đi.
アィン ドッ(ク) ライ バー ラン ディー
繰り返し3回読みなさい。

hết　　残さず全て

Anh đã đọc hết chưa?
アィン ダー ドッ(ク) ヘッ(ト) チュア
あなたはもう全て読みましたか。

xong　　～しおえる

Anh ấy chưa làm xong.
アィン エイ チュア ラム ソン
彼はまだやりおえていません。

lấy　　自分で

Tôi chữa lấy xe đạp.
トイ チューア レイ セー ダッ(プ)
私は自分で自転車を修理します。

> **語句**　lần 回, 度　đi …しなさい　xe đạp 自転車

4 名詞の前の副詞

bất cứ ～ nào　　どんな～でも

Anh chọn bất cứ cái nào cũng được.
アィン チョン バッ(ト) クー カイ ナオ クーン ドゥオッ(ク)
あなたはどれを選んでもいいです。

giữa ~ và ...　　　　　　　　　　～と…の間に

Em gái tôi ngồi giữa bố và mẹ.
　エム　ガイ　トイ　ゴイ　ズーア　ボー　ヴァー　メー
私の妹は父と母の間に座っています。

từ ~ đến ...　　　　　　　　　　～から…まで

Từ đây đến đấy đi bộ mất chừng 7 phút.
　トゥー　デイ　デン　デイ　ディー　ボー　マッ(ト)　チュン　バイー　フッ(ト)
ここからそこまで歩いて約7分かかります。

cả ~ lẫn ...　　　　　　　　　　～も…も

Cô ấy nói được cả tiếng Anh lẫn tiếng Đức.
　コー　エイ　ノーイ　ドゥオッ(ク)　カー　ティエン　アイン　ラン　ティエン　ドゥッ(ク)
彼女は英語もドイツ語も話せます。

ở　　　　　　　　　　　　　　　（所）で；（所）から

Chị mua cái này ở đâu?
　チー　ムア　カイ　ナイ　アー　ダウ
あなたはこれをどこで買いましたか。

Tối qua anh ấy ở Huế đến đây.
　トイ　クワ　アイン　エイ　アー　フエ　デン　デイ
昨夜，彼はフエからここへ来ました。

cho　　　　　　　　　　　　　　（人）に

Tôi phải gọi điện cho bạn tôi.
　トイ　ファーイ　ゴイ　ディエン　チョー　バン　トイ
私は友達に電話をしなければなりません。

bằng   (手段・材料) で

※ここでは〈くっつくる〉の意

Cốc này làm bằng thủy tinh.
コッ(ク) ナイ ラム バン トゥイー ティン
このコップはガラスでできています。

Tháng sau tôi đi Úc bằng máy bay.
タン サウ トイ ディー ウッ(ク) バン マイ バイ
来月，私は飛行機でオーストラリアへ行きます。

với   (人) と

Anh có đi với tôi không?   あなたは私と行きますか。
アイン コー ディー ヴォーイ トイ ホン

đối với   〜に対する

主 **Thái độ của anh ấy đối với tôi / rất tốt.** 頭でっかちの文
タイ ドー クーア アイン エイ ドイ ヴォーイ トイ ザッ(ト) トッ(ト)
私に対する彼の態度はとてもいいです。 述

về   〜について

Cô ấy biết nhiều về Việt Nam.
コー エイ ビェッ(ト) ニエウ ヴェー ヴィエッ(ト) ナム
彼女はベトナムについてたくさん知っています。

khắp   あらゆる

Anh ấy đã đi du lịch khắp thế giới.
アイン エイ ダー ディー ズー リッ(ク) ハッ(プ) テー ゾーイ
彼は世界中を旅行しました。

語句　chọn 選ぶ　đi bộ 歩く　mất (時間が)かかる　cốc コップ
thủy tinh [水晶] ガラス　Úc オーストラリア　thái độ [態度]
đi du lịch [遊歴] 旅行する

5 その他の副詞

để ＋動詞　　　　　　　　　　〜するために

Tôi sắp đến Việt Nam để học tiếng Việt.
トイ　サッ(プ)　デン　ヴィエッ(ト)　ナム　デー　ホッ(ク)　ティエン　ヴィエッ(ト)
私はもうすぐベトナム語を勉強するためにベトナムへ行きます。

với nhau　　　　　　　　　　互いに

Hai người kia hay liên lạc với nhau.
ハイ　グオイ　キア　ハイ　リエン　ラッ(ク)　ヴォーイ　ニャウ
あの二人は互いによく連絡をとりあっています。

một mình　　　　　　　　　　一人で

Tôi không thể làm việc này một mình.
トイ　ホン　テー　ラム　ヴィエッ(ク)　ナイ　モッ(ト)　ミン
私は一人でこの仕事をすることはできません。

một chút　　　　　　　　　　すこし

Chúng ta hãy chờ một chút nữa.
チュン　ター　ハーイ　チョー　モッ(ト)　チュッ(ト)　ヌーア
もうすこし待ちましょう。

nữa　　　　　　　　　　さらに，もっと

Tôi không thể ăn được nữa.　　*No rồi.*
トイ　ホン　テー　アン　ドゥオッ(ク)　ヌーア　　*もう満腹です*
私はもうこれ以上食べられません。

thật là（＋形容詞）　　　　　本当に，実に

Quyển tiểu thuyết này thật là hay.
クィエン　ティエウ　トゥエッ(ト)　ナイ　タッ(ト)　ラー　ハイ
この小説は実に面白いです。

có khi	時に
đôi khi	〜ことがある

Ở Hà Nội mưa có khi kéo dài cả tuần.
アー ハー ノイ ムア コー ヒー ケオ ザイ カー トゥアン
ハノイでは雨が一週間も降り続くことがあります。

語句 sắp もうすぐ　liên lạc [連絡]　không thể 〜 được 〜できない　tiểu thuyết [小説]　hay 面白い　kéo dài 長く続く　cả 全ての（ここでは「強め」の意）

Biểu Hiện [表現]

Track 30

お祝い・お悔み　聞き返し・誤解

1. Chúc mừng năm mới.
   チュッ(ク)　ムン　ナム　モーイ

2. Chúc mừng sinh nhật.
   チュッ(ク)　ムン　シン　ニャッ(ト)

3. Chúc mừng anh đã đính hôn.
   チュッ(ク)　ムン　アイン　ダー　ディン　ホン

4. Tội nghiệp!
   トイ　ギエッ(プ)

5. Mong anh đừng buồn.
   モン　アイン　ドゥン　ブオン

6. Xin anh nói lại một lần nữa.
   シン　アイン　ノーイ　ライ　モッ(ト)　ラン　ヌーア

7. Xin anh nói chậm hơn một chút.
   シン　アイン　ノーイ　チャム　ホン　モッ(ト)　チュッ(ト)

8. Tôi không hiểu anh muốn nói gì.
   トイ　ホン　ヒエウ　アイン　ムオン　ノーイ　ジー

9. Hình như đôi bên hiểu lầm nhau rồi.
   ヒン　ニュー　ドイ　ベン　ヒエウ　ラム　ニャウ　ゾイ

10. Không phải tôi định nói như thế đâu.
　　ホン　ファーイ　トイ　ディン　ノーイ　ニュー　テー　ダウ

語句　chúc mừng 祝う　sinh nhật［生日］　đính hôn［訂婚］婚約する　tội nghiệp［罪業］かわいそうな　mong 望む　đừng …しないように　đôi bên 両方　hiểu lầm 誤解する　không phải（文）（文）ではない　định つもり　đâu（否定の強調）

訳
1. 新年おめでとう。
2. 誕生日おめでとう。
3. ご婚約おめでとう。
4. お気の毒に。
5. あなたが悲しまないように望みます。＞気を落とされませんように。
6. もう一度おっしゃってください。
7. もう少しゆっくり言ってください。
8. 何をおっしゃりたいのかわかりません。
9. どうもお互い誤解しているようですね。
10. そういうつもりで言ったのではありません。

Bài Tập （練習問題）

1　次の文を日本語に訳しなさい。

1. Có lẽ hôm nay anh ấy sẽ đến đây.
2. Hình như ngày mai trời mưa.
3. Anh ấy ít khi học ở nhà.
4. Cái bàn này làm bằng gì?
5. Chị đến đây để làm gì?

2 （　）の中に適語を入れなさい。

1. Chị ấy thường đọc sách (　　　) đâu?
2. Tôi muốn mua (　　　) cái này lẫn cái kia.
3. (　　　) đây đến nhà tôi gần lắm.

Tiếng Hán Việt （漢越語）

経済②

công nhân　工人〈労働者〉
コン　ニャン

quản lý　管理
クアーン　リー

hợp đồng　合同〈契約〉
ホッ(プ)　ドン

năng suất　能率
ナン　スアッ(ト)

mậu dịch　貿易
マウ　ジッ(ク)

xuất khẩu　出口〈輸出〉
スアッ(ト)　ハーウ

nhập khẩu　入口〈輸入〉
ニャッ(プ)　ハーウ

hải cảng　海港
ハーイ　カーン

tài chính　財政
タイ　チン

ngân sách　銀策〈予算〉
ガン　サィッ(ク)

81

第9課 命令・勧奨文と禁止文

Track 31

① Anh nói to lên chút nữa đi.
　　アィン ノーイ トー レン チュッ(ト) ヌーア ディー
　　　　　　　（上る）　少し　さらに　…しなさい

② Chúng ta hãy hát đi.
　　チュン ター ハイ ハッ(ト) ディー
　　　　　…しよう　　　歌う

③ Đừng ăn nhiều trước khi đi ngủ.
　　ドゥン アン ニエウ チュオッ(ク) ヒー ディー グー
　　…してはいけない　　…する前に　　寝る

④ Cô ấy đẹp biết bao!
　　コー エイ デッ(プ) ビエッ(ト) バオ
　　　　　　　　　　なんて…

⑤ Mẹ anh vẫn khoẻ chứ?
　　メー アィン ヴァーン ホーエ チュー
　　　　　　（同意を求める疑問の意）

訳
① もう少し大きな声で言いなさい。
② さあ歌いましょう。
③ 寝る前にたくさん食べてはいけません。
④ 彼女はなんてきれいなんでしょう。
⑤ あなたのお母さんは相変わらず元気なんでしょう。

ポイント

1 命令・勧奨文

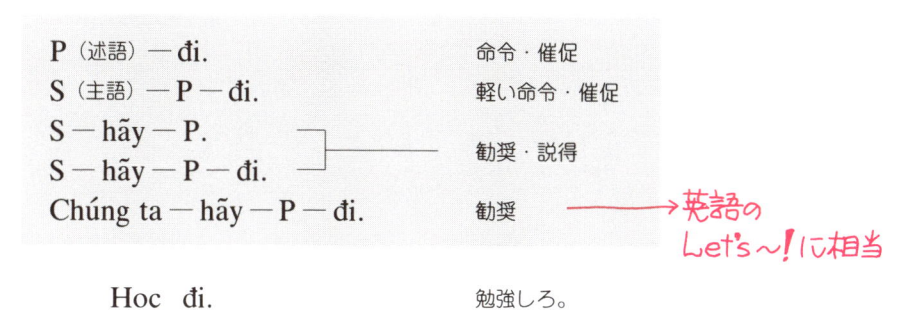

P（述語）— đi.	命令・催促
S（主語）— P — đi.	軽い命令・催促
S — hãy — P.	勧奨・説得
S — hãy — P — đi.	
Chúng ta — hãy — P — đi.	勧奨 →英語の Let's〜！に相当

Học đi.　　　勉強しろ。
ホッ(ク) ディー

Anh học đi.
アィン ホッ(ク) ディー
　　　　　　　　　勉強しなさい。
Anh hãy học.
アィン ハーイ ホッ(ク)

Anh hãy học đi.　　　さあ勉強しなさい。
アィン ハーイ ホッ(ク) ディー

Chúng ta hãy học đi.　　　さあ勉強しよう。
チュン ター ハーイ ホッ(ク) ディー

2 禁止文

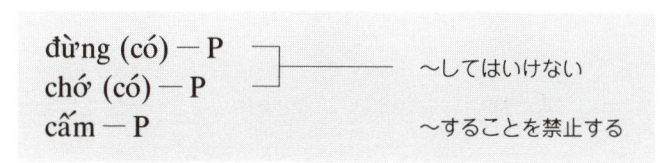

đừng (có) — P	〜してはいけない
chớ (có) — P	
cấm — P	〜することを禁止する

Anh đừng đi.　　　行ってはいけない。
アィン ドゥン ディー

Đừng kết luận vội vàng.　　　急いで結論を出してはいけない。
ドゥン ケッ(ト) ルアン ヴォイ ヴァン

Anh chớ có mua cái này.　　　これを買ってはいけませんよ。
アィン チョー コー ムア カイ ナイ

83

Chớ nản lòng.　　がっかりしてはいけません。
チョー　ナーン　ロン

Cấm hút thuốc.　　喫煙を禁止する。（禁煙）
カーム　フッ(ト)　トゥオッ(ク)

Cấm đỗ xe.　　駐車を禁止する。
カーム　ドー　セー

目上の人に対しては次のような穏やかな表現を用います。

| không nên — P | ～しない方がいい |

Bà không nên mua cái này.　　これを買わない方がいいですよ。
バー　ホン　ネン　ムア　カイ　ナイ

Ông không nên đi.　　行かない方がいいですよ。
オン　ホン　ネン　ディー

【語句】　kết luận [結論]　vội vàng 急いで　nản lòng がっかりする　hút thuốc タバコを吸う (thuốc は単独では〈薬〉, タバコは thuốc lá)　đỗ xe 駐車する

③ 感嘆文

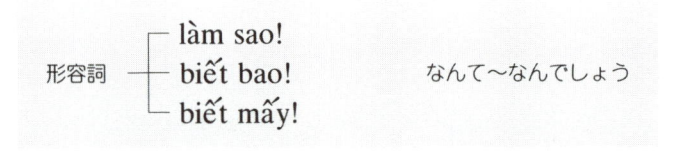

形容詞 ┬ làm sao!
　　　├ biết bao!　　なんて～なんでしょう
　　　└ biết mấy!

Sân bay mới này lớn và đẹp làm sao!
サン　バイ　モーイ　ナイ　ロン　ヴァー　デッ(プ)　ラム　サオ
この新空港はなんて大きくてきれいなんでしょう。

Anh ấy dũng cảm biết bao!　　彼はなんて勇敢なんでしょう。
アィン　エイ　ズーン　カーム　ビエッ(ト)　バオ

Ý đó hay biết mấy!
イー　ドー　ハイ　ビエッ(ト)　マイ
そのアイデアはなんて素晴らしいんでしょう。

語句 sân bay 空港　　dũng cảm［勇敢］

4 文末詞

文末詞とは文末に付けて文の内容や相手に対する話し手の「態度」や「感情」を示すものです。

chứ　相手の同意を求める（強意的にも，疑問的にも用いる）

　　Anh quen chị ấy chứ?　　彼女知ってるよね。
　　アィン　クエン　チー　エイ　チュー

　　Cô ấy xinh lắm chứ!　　彼女とても可愛いよね。
　　コー　エイ　シン　ラム　チュー

đấy　　　　　肯定文―強調，相手の注意を引く
　　　　　　　　疑問文―強調，親密感のある疑問の意

　　Thầy giáo đến rồi đấy.　　先生が来ましたよ。
　　タイ　ザオ　デン　ゾイ　デイ

　　Anh đọc gì đấy?　　何を読んでいるの。
　　アィン　ドッ(ク)　ジー　デイ

ạ　　　　　　相手への敬意を表わす

　　Xin chào thầy ạ.　　先生こんにちは。
　　シン　チャオ　タイ　アー

　　Thế ạ.　　そうですか。
　　テー　アー

à　　親近感のある軽い疑問の意。軽い驚きの気持も示す

　　Chị chưa nghe à?　　まだ聞いてなかったんですか。
　　チー　チュア　ゲー　アー

nhé 親しく相手の同意を求める

Anh cũng đi với tôi nhé.   私と一緒に行きますよね。
アィン クーン ディー ヴォーイ トイ ニェー

nhỉ ある事柄に関して親しく相手の同意を求める

Tiếng Nga khó quá nhỉ.   ロシア語はとても難しいですね。
ティエン ガー ホー クワー ニー

語句 quen 知り合いである   xinh 可愛い   Nga ロシア
[俄]中国語にならっている

Bài Đọc [テキスト]

Giáo sư Giôn đã làm việc ở Hà Nội bốn tháng rồi. Bà Giôn
ザオ スー ジョン ダー ラム ヴィエッ(ク) アー ハー ノイ ボン タン ゾイ バー ジョン

cũng sang Việt Nam cùng chồng. Hai ông bà cùng làm việc
クーン サン ヴィエッ(ト) ナム クン チョン ハイ オン バー クン ラム ヴィエッ(ク)

ở trường Đại học Tổng hợp Hà Nội. Hiện nay, ông bà Giôn
アー チュオン ダイ ホッ(ク) トーン ホッ(プ) ハー ノイ ヒエン ナイ オン バー ジョン

ở khách sạn Hòa Bình, nhưng họ muốn thuê nhà ở một phố
アー ハイッ(ク) サン ホワ ビン ニュン ホー ムオン トゥエ ニャー アー モッ(ト) フォー

gần trường Tổng Hợp.
ガン チュオン トーン ホッ(プ)

Trước khi đến Việt Nam, hai ông bà đã học tiếng Việt
チュオッ(ク) ヒー デン ヴィエッ(ト) ナム ハイ オン バー ダー ホッ(ク) ティエン ヴィエッ(ト)

ba tháng ở Mỹ, nhưng tiếng Việt của họ còn kém lắm. Bây
バー タン アー ミー ニュン ティエン ヴィエッ(ト) クーア ホー コン ケム ラム バイ

giờ, họ muốn học thêm tiếng Việt. Một người tên là Lê Thị
ゾー ホー ムオン ホッ(ク) テム ティエン ヴィエッ(ト) モッ(ト) グオイ テン ラー レー ティー

Mai dạy hai ông bà tiếng Việt.
マイ ザイ ハイ オン バー ティエン ヴィエッ(ト)

Một số trường muốn nhờ bà Giôn dạy tiếng Anh. Tuy rất
モッ(ト) ソー チュオン ムオン ニョー バー ジョン ザイ ティエン アィン トゥイ ザッ(ト)

bận nhưng bà ấy đã nhận lời. Bà ấy nghĩ đây là một dịp
バン ニュン バー エイ ダー ニャン ロイ バー エイ ギー デイ ラー モッ(ト) ジッ(プ)

tốt để bà ấy thực tập tiếng Việt.
トッ(ト) デー バー エイ トゥッ(ク) タッ(プ) ティエン ヴィエッ(ト)

語句

giáo sư［教師］教授　　hòa bình［和平］平和（ここではホテルの名前）　thuê nhà 借家する　　phố 通り　　thêm さらに　nhờ 依頼する　　tuy~nhưng... ~だけれどもしかし…　nhận lời 承知する　　dịp 機会　　thực tập［実習］実践する

訳

　ジョン教授がハノイで仕事をしてもう4カ月経ちました。ジョン夫人も夫とともにベトナムへ来ました。二人はハノイ総合大学で一緒に仕事をしています。現在，ジョン夫妻はホアビンホテルにいますが，二人は総合大学の近くの通りで借家したいと思っています。
　ベトナムへ来る前に二人はアメリカで3カ月ベトナム語を勉強しましたが，彼らのベトナム語はまだとても下手です。今，彼らはベトナム語をもっと勉強したいと思っています。レー・ティー・マイという人が二人にベトナム語を教えています。
　いくつかの学校がジョン夫人に英語を教えてほしいと依頼しました。大変忙しいけれども彼女は承知しました。彼女はこれは彼女がベトナム語を実践するためのよい機会だと考えました。

Bài Tập （練習問題）

1　次の文を日本語に訳しなさい。

1. Anh uống thuốc này đi.
2. Đừng uống rượu nhiều.
3. Anh ấy cao làm sao!

   rượu　酒

2　（　　）の中に適語を入れなさい。

1. Chúng ta (　　　) bắt đầu học đi.
2. Cô ấy xinh (　　　) bao!
3. (　　　) hút thuốc.　（禁煙）

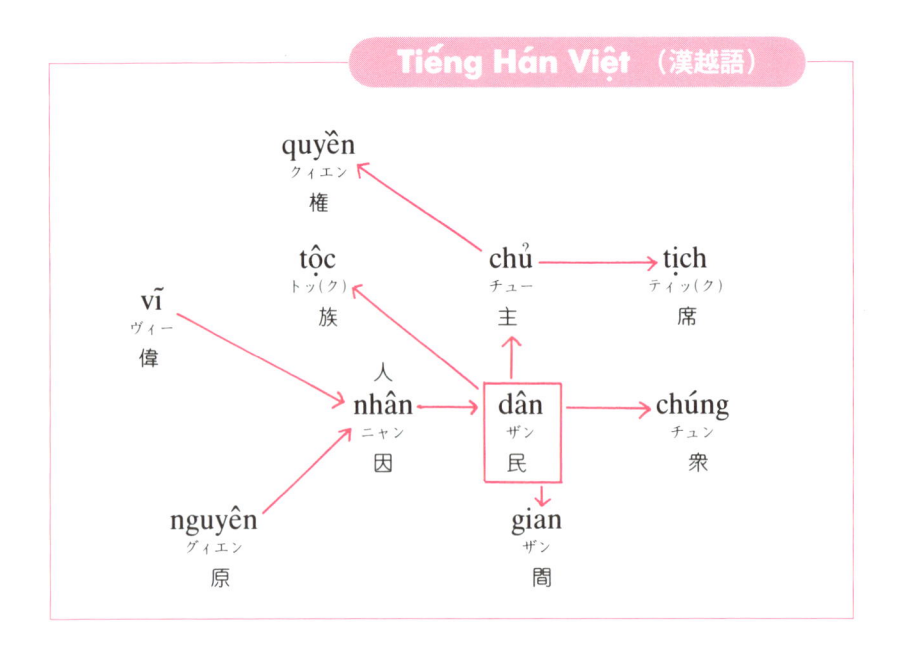

Tiếng Hán Việt （漢越語）

quyền　クィエン　権
tộc　トッ(ク)　族
chủ　チュー　主
tịch　ティッ(ク)　席
vĩ　ヴィー　偉
nhân　ニャン　人
dân　ザン　民
chúng　チュン　衆
nguyên　グィエン　原
gian　ザン　間
因

88

第10課 否定文と可能文

① Anh ấy không bao giờ hút thuốc lá.
　　　　　決して…でない

② Chị ấy chưa bao giờ đi nước ngoài.
　　　　　まだ…したことがない

③ Tôi không biết đâu.
　　　　　　　　（否定の強調）

④ Tôi nói được tiếng Pháp.
　　　　　　（可能）

⑤ Bà ấy không thể đi xe máy được.
　　　　…できない　　乗る　オートバイ

訳
① 彼は決してタバコを吸いません。
② 彼女はまだ外国へ行ったことがありません。
③ 私は全く知りません。
④ 私はフランス語を話すことが出来ます。
⑤ 彼女はオートバイに乗ることが出来ません。

ポイント

1 否定文

基本的否定文

動詞の場合	không ― V
形容詞の場合	không ― A
là の場合	không phải là
まだ…でない	chưa ― V/A

Tôi không ăn. 私は食べません。

Chị ấy không béo. 彼女は太っていません。

Tôi không phải là nhà báo. 私は新聞記者ではありません。

Anh ấy chưa rửa mặt. 彼はまだ顔を洗っていません。

否定強調文

chẳng ― V	少しも〜ない
không bao giờ ― V	決して〜ない
chưa bao giờ ― V	今まで〜したことがない
không ― V/A đâu	全く〜ない

Tôi chẳng muốn xem. 私は少しも見たくありません。

Anh ấy không bao giờ đi máy bay.
彼は決して飛行機に乗りません。

Chị ấy chưa bao giờ ăn món ăn Pháp.
チー エイ チュア バオ ゾー アン モン アン ファッ(プ)
彼女は今までフランス料理を食べたことがありません。

Tôi không buồn ngủ đâu.　私は全く眠くありません。
トイ ホン ブオン グー ダウ

次のパターンは否定の強調のみならず，さらに相手の言ったことに対して言い返す意味合いを持っています。

| có — V — đâu | ～ませんよ |
| đâu — có — V | ～もんですか |

Tôi có biết đâu.　　知ってなんかいませんよ。
トイ コー ビエッ(ト) ダウ

Tôi đâu có biết.　　知ってるもんですか。
トイ ダウ コー ビエッ(ト)

文全体を否定

Không phải (là) —文　　（文）というわけではない

Không phải là tôi muốn đi xem.
ホン ファーイ ラー トイ ムオン ディー セム
私は見に行きたいわけではありません。

Không phải anh ấy biết nói tiếng Nhật.
ホン ファーイ アィン エイ ビエッ(ト) ノーイ ティエン ニャッ(ト)
彼は日本語を話せるというわけではありません。

二重否定文

không ～ không ...　　ない＋ない＝強い肯定

Không ngày nào anh ấy không học tiếng Nhật.
ホン ガイ ナオ アィン エイ ホン ホッ(ク) ティエン ニャッ(ト)
彼が日本語を勉強しない日はない。

Không lúc nào tôi không nghĩ về quê nhà.
故郷のことを想わない時はない。

この二つの文は、~nào cũng ...〈どの~も…〉のパターンに書き換えることが出来ます。

Ngày nào anh ấy cũng học tiếng Nhật.
毎日、彼は日本語を勉強します。

Lúc nào tôi cũng nghĩ về quê nhà.
いつも私は故郷のことを想っています。

（語句） rửa 洗う　buồn ngủ 眠たい　biết 知っている＞できる
quê nhà 故郷

→〈~したい気がする〉の意

2 可能文

三つのパターンがあります。

V — được	~できます
không — V — được	~できません
có — V — được — không?	~できますか

Anh ấy nói được tiếng Anh.

= Anh ấy nói tiếng Anh được.

đượcは動詞の直後でも文末でもよ　以下同様

Anh ấy không nói tiếng Anh được.

Anh ấy có nói tiếng Anh được không?

có thể — V	～できます
không — thể — V	～できません
có thể — V — không?	～できますか

Anh ấy có thể nói tiếng Anh.
アィン エィ コー テー ノーイ ティエン アィン

Anh ấy không thể nói tiếng Anh.
アィン エィ ホン テー ノーイ ティエン アィン

Anh ấy có thể nói tiếng Anh không?
アィン エィ コー テー ノーイ ティエン アィン ホン

có thể — V — được	～できます
không—thể — V — được	～できません
có thể — V — được — không?	～できますか

Anh ấy có thể nói tiếng Anh được.
アィン エィ コー テー ノーイ ティエン アィン ドゥオッ(ク)

Anh ấy không thể nói tiếng Anh được.
アィン エィ ホン テー ノーイ ティエン アィン ドゥオッ(ク)

Anh ấy có thể nói tiếng Anh được không?
アィン エィ コー テー ノーイ ティエン アィン ドゥオッ(ク) ホン

いずれの場合も返答文は以下のようになります。

Yes:	Được.	できます
No:	Không được.	できません

③ 方向動詞

方向動詞とは人・事物が現在地点から他の地点へ移動することを表現する動詞のことです。よく使われるのは次の6語です。

đi (ディー)	行く	vào (ヴァオ)	入る	lên (レン)	上がる
đến (デン)	行く／来る	ra (ザー)	出る	xuống (スオン)	下りる

đi 以外はケースバイケースで全て〈行く〉の意味にも〈来る〉の意味にも使われます。移動主体が話し手のいる所へ近づく方向なら〈来る〉, 逆に遠ざかる方向なら〈行く〉となるわけです。

方向動詞には言語習慣としての特殊な用法がいくつかあります。

南から北へ行く場合	ra
北から南へ行く場合	vào

[南→北]　（話し手―ホーチミン市）

　　Ngày mai tôi ra Hà Nội.
　　ガイ　マイ　トイ　ザー　ハー　ノイ
　　明日私はハノイへ行きます。　　　　〈行く〉

　　　　（話し手―ハノイ）

　　Ngày mai anh ấy ra Hà Nội.
　　ガイ　マイ　アィン エイ　ザー　ハー　ノイ
　　明日彼はハノイへ来ます。　　　　〈来る〉

[北→南]　（話し手―ホーチミン市）

　　Hôm qua tôi vào thành phố Hồ Chí Minh.
　　ホム　クワー トイ　ヴァオ　タィン　フォー　ホー　チー　ミン
　　昨日私はホーチミン市へ来ました。　〈来る〉

　　　　（話し手―ハノイ）

　　Hôm qua anh ấy vào thành phố Hồ Chí Minh.
　　ホム　クワー アィン エイ　ヴァオ　タィン　フォー　ホー　チー　ミン
　　昨日彼はホーチミン市へ行きました。〈行く〉

都市→農村	xuống
農村→都市	lên

Hôm qua tôi lên Hà Nội.
ホム　クワー　トイ　レン　ハー　ノイ
昨日私はハノイへ来ました。

Ngày mai tôi xuống Châu Đốc.
ガイ　マイ　トイ　スオン　チャウ　ドッ(ク)
明日私はチャウ・ドック（メコンデルタにある町）へ行きます。

これらの方向動詞は他の行為動詞の後に補助的に付き，その行為の方向を示すためにも用いられます。

ngồi xuống　腰を下ろす　　đứng lên　立ち上がる
ゴイ　スオン　　　　　　　　ドゥン　レン

chạy vào trong nhà　家の中へ走ってくる
チョイ　ヴァオ　チョン　ニャー

chạy ra ngoài sân　庭へ走っていく
チョイ　ザー　ゴアイ　サン

形容詞にも付けることが出来ます。その場合は全体として状態の変化を表現します。

形容詞+đi	マイナスイメージの変化	gầy đi	やせる
形容詞+ra	プラスイメージの変化	béo ra	太る
形容詞+lên	上向きイメージの変化	lớn lên	大きくなる

4 地理

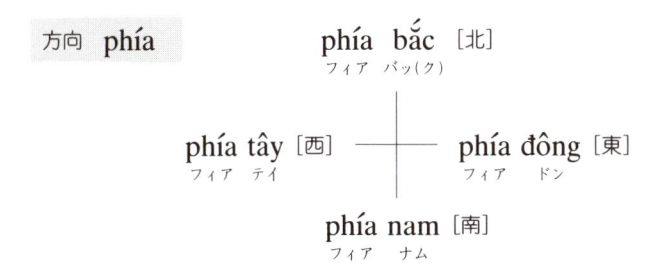

方向　phía

phía bắc ［北］
フィア　バッ(ク)

phía tây ［西］　　　phía đông ［東］
フィア　テイ　　　　　フィア　ドン

phía nam ［南］
フィア　ナム

地方・地域　**miền**

| miền bắc 北部 | miền trung [中] 中部 | miền nam 南部 |

miền đồng bằng sông Cửu Long [九龍] メコンデルタ

biển 海	núi 山	dãy núi 山脈
sông 川	cao nguyên [高原]	vịnh 湾
hồ [湖]	rừng 森	bán đảo [半島]
địa cầu [地球]	ngôi sao 星	mặt trăng 月
mặt trời 太陽	nhiệt đới [熱帯]	xích đạo [赤道]

Châu Á [州亜] アジア	Đông Nam Á [東南亜] 東南アジア
Châu Âu [州欧] ヨーロッパ	Đông Dương [東洋] インドシナ
Châu Mỹ [州美] アメリカ	Thái Bình Dương [太平洋]
Châu Phi [州非] アフリカ	Đại Tây Dương [大西洋]

Hội Thoại [会話]

Hồng: Cuộc liên hoan trong vườn hôm nay đông vui quá.

Anna: Vâng. Hôm nay có nhiều người nước ngoài.

H.: Vâng. Chị có quen ai ở đây không?
ヴァン チー コー クエン アイ アー デイ ホン

A.: Có. Người có tóc màu nâu kia là bạn cũ của tôi đấy.
コー グオイ コー トッ(ク) マウ ノウ キア ラー バン クー クーア トイ デイ

H.: Anh ấy tên là gì?
アイン エイ テン ラー ジー

A.: Jắc.
ジャッ(ク)

H.: Anh ấy là người nước nào?
アイン エイ ラー グオイ ヌオッ(ク) ナオ

A.: Người Anh.
グオイ アイン

H.: Tôi không nói được tiếng Anh. Anh ấy có biết tiếng
トイ ホン ノーイ ドゥオッ(ク) ティエン アイン アイン エイ コー ビエッ(ト) ティエン

Việt không?
ヴィエッ(ト) ホン

A.: Có. Anh ấy nói tiếng Việt rất giỏi.
コー アイン エイ ノーイ ティエン ヴィエッ(ト) ザッ(ト) ゾーイ

語句 cuộc liên hoan パーティー   vườn 庭   đông こんだ
      tóc 髪   màu nâu 茶色   bạn cũ 旧友

訳 ホ ン：今日のガーデンパーティーはおおぜいでとても楽しいわね。
    アンナ：ええ。今日は外国人がたくさんいるわ。
    ホ ン：ええ。あなたここで誰か知ってる。
    アンナ：はい。あの茶色の髪の毛の人は私の旧友なのよ。
    ホ ン：彼，名前はなんていうの。
    アンナ：ジャックよ。
    ホ ン：彼はどの国の人なの。
    アンナ：イギリス人よ。
    ホ ン：私英語が話せないわ。彼はベトナム語を知ってるの。
    アンナ：ええ，彼はベトナム語をとても上手に話すわ。

Bài Tập （練習問題）

[1] 次の文を日本語にしなさい。

1. Anh ấy không bao giờ viết thư.
2. Tôi chưa bao giờ đi muộn.
3. Không phải tôi không muốn xem.
4. Tôi không thể làm một mình.
5. Chị ấy có thể nói tiếng Đức được không?

[2] 次の語をベトナム語にしなさい。

1. 東
2. 北部
3. 山
4. 湖
5. 太陽
6. アジア
7. 東南アジア
8. インドシナ
9. ヨーロッパ
10. アメリカ

Tiếng Hán Việt （漢越語）

文　化

văn hóa　文化
ヴァン　ホワ

nghệ thuật　芸術
ゲー　トゥアッ(ト)

văn minh　文明
ヴァン　ミン

văn học　文学
ヴァン　ホッ(ク)

lịch sử　歴史
リッ(ク)　スー

âm nhạc　音楽
アム　ニャッ(ク)

truyền thống　伝統
チュエン　トン

nữ diễn viên　女演員〈女優〉
ヌー　ジエーン　ヴィエン

giao lưu　交流
ザオ　リュー

Phật giáo　仏教
ファッ(ト)　ザオ

第11課 名詞句と接続詞

Track 35

① ba cuốn |sách| mới này

② chiếc |xe đạp| cũ màu đen của tôi này
　　　　　　　　　　色

③ năm người |thanh niên| mà chúng ta gặp hôm nọ
　　　　　　　[青年]

④ |2 ngày|, hôm nay và ngày mai

⑤ Anh ấy nghèo nhưng thông minh.

訳
① これら3冊の新しい本
② この私の黒い古い自転車
③ 私たちが先日会った5人の青年
④ 今日と明日の二日
⑤ 彼は貧しいが頭がいい。

ポイント

1 名詞句の構造

名詞を核とする名詞句の一般的構造について見てみましょう。

－3	－2	－1	**核名詞**	＋1	＋2	＋3

核名詞の前に位置する部分

位置－3：「全体」を示す語の位置。
　　　　　cả, tất cả, toàn thể, toàn bộ　　等々。

99

cả nhà　　家族全員　　　cả nước　　全国民

位置−2：数詞と複数を示す語の位置。
　　　　　một, hai, những, các, mỗi, mọi　　等々。

2000 năm　　2000年間（数量）

ba con vịt kia　　あの3羽のアヒル

sáu người sinh viên chăm chỉ　　6人の真面目な学生

位置−1：類別詞と数量単位名詞の位置。
　　　　　cái, con, quyển, chiếc, mét, lít　　等々。

ba cái thìa, ba cái nĩa, ba con dao　　← sông(川)とかđường(道)と同様に〈動いているもの〉とみなされ、conを用いる
　　3本のスプーン，3本のフォーク，3本のナイフ

3 thìa đường　スプーン3杯の砂糖　　2 cân muối　2キロの塩

một lít rượu　1リットルの酒　　bốn mét vải　4メートルの布

核名詞の後に位置する部分

位置＋1：形容詞や修飾句の位置。修飾句は動詞句や形容詞句の他に所有（của）や〈…に関する〉（về）の句など様々です。

năm 2000　　2000年（順序）

cái bàn gỗ mới này　　この新しい木製の机

một chiếc đồng hồ đeo tay rất chính xác　　とても正確な腕時計

một người cao trên 2 mét　　2メートル以上の背の高い人

các nhà khoa học về vấn đề môi trường　　環境問題の科学者達

người thanh niên Pháp mặc áo màu trắng kia
　　あの白い服を着ているフランスの青年

　　　　指示詞の位置が正反対であることに注目

位置＋2：修飾節の位置。普通は関係詞の mà に先導されます。

 2 cuốn tạp chí Việt Nam mà bạn tôi cho tôi hôm qua
  友人が昨日私にくれた２冊のベトナムの雑誌

位置＋3：指示詞の位置。

  này, đó, kia 等々。

 cái bàn này この机
 con lợn rất béo này このとても太った豚
 chiếc áo lụa đỏ mới may này この縫ったばかりの赤い絹の服

4つ以上の位置が満たされている例を見てみましょう。

 tất cả bảy cái bàn gỗ mới này
  これら全部で七つの新しい木製の机

 mới + 動詞
 〈〜したばかり〉

 mấy chục tấn gạo mới nhập khẩu này
  これら数十トンの輸入したばかりの米

 những con bò sữa Hà Lan được chăm sóc tốt này
  これらのよく世話されているオランダ産の乳牛 （受身）

語句　vịt アヒル　chăm chỉ 真面目な　đường ［糖］砂糖　gỗ 木材　tấn トン　chính xác ［正確］　vải 布　nhà khoa học 科学者　môi trường 環境　mặc 着る　tạp chí ［雑誌］　gạo 米　sữa ミルク　Hà Lan オランダ　chăm sóc 世話する

2　接続詞

 và　…と，そして

 anh ấy và chị ấy 彼と彼女

Mẹ tôi đi chợ và mua nhiều đồ ăn.
私の母は買い物に行ってたくさんの食べ物を買いました。

hay (là)　　あるいは，または

Một người phải đi, anh hay tôi.
あなたか私，一人行かなければなりません。

Anh về hay ở?　　帰りますか残りますか。

hay là　　（文頭または節頭）それとも

Ta ăn cơm đi, hay là hãy uống đã.　　→過去時制ではない
　　　　　　　　　　　　　　　　　　〈～する前にまず〉の意
さあ食事にしましょう，それともまず飲みましょうか。

nhưng　　が，しかし

cao nhưng yếu　　背が高いが虚弱な

Tôi muốn đi xem nhưng không có tiền.
見に行きたいのですが，お金がありません。

nên　　だから

Không ai bảo, nên tôi không biết.
誰も言ってくれなかった，だから私は知りません。

rồi　　それから　　（完了）のrồiと間違わないように

Học xong, rồi đi chơi.　　勉強を終えて，それから遊びに行きました。

102

mà	（順接）そして
	（逆接）…なのに

意味内容から区別する

Ngồi xuống mà ăn.　　座って食べなさい。

Tám giờ rồi mà chưa đi à?　　8時になったのに，まだ行かないの。

chứ	対立的概念を結ぶ。後の方が否定的内容

Tôi là người Nhật, chứ không phải là người Trung Quốc.
私は日本人であって中国人ではありません。

Người kia chứ không phải người đó là thầy tôi.
その人でなくあの人が私の先生です。

語句　đi chợ　買い物に行く　　đồ ăn　食べ物　　ở　残る　　đã　先ず

Biểu Hiện [表現]

賛成・反対，承諾・断り

1. Tôi tán thành kế hoạch của anh.
2. Tôi đồng ý với anh về điểm đó.
3. Tôi hoàn toàn đồng ý với anh.
4. Đúng như thế.
5. Tôi không nghĩ thế.
6. Tôi phản đối ý kiến của anh.
7. Tôi vui mừng nhận việc này.
8. Được.
9. Tôi không dám nhận.
10. Rất tiếc, không thể được.

語句 tán thành [賛成]   kế hoạch [計画]   điểm [点]   hoàn toàn [完全]   phản đối [反対]   ý kiến [意見]   vui mừng 喜ぶ   nhận [認] 引き受ける   dám あえて   tiếc 残念な

訳
1. あなたの計画に賛成です。
2. その点ではあなたに同意します。
3. 全くおっしゃるとおりだと思います。
4. そのとおりだ。
5. そうは思えません。
6. あなたの考えに反対します。
7. 喜んでお引き受けいたします。
8. いいとも。
9. 遠慮させていただきます。
10. 残念ですが，できません。

Bài Tập （練習問題）

1 次の名詞句と文を日本語に訳しなさい。

1. ba trăm chiếc xe đạp
2. Đây là cái nhà mà anh ấy muốn bán.
3. Chị ấy béo mà chạy nhanh.

2 次の語句をベトナム語に訳しなさい。

1. 3カ月　　2. 3月　　3. この一冊のよい本

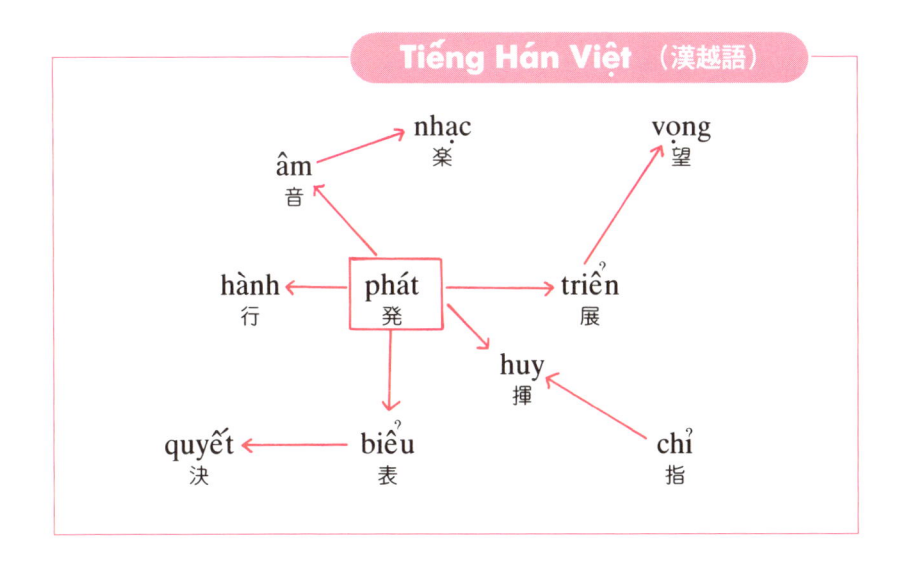

Tiếng Hán Việt （漢越語）

- âm 音
- nhạc 楽
- vọng 望
- hành 行
- phát 発
- triển 展
- huy 揮
- chỉ 指
- quyết 決
- biểu 表

第12課　動詞句と受身文・使役文

① Tôi đã đọc quyển tiểu thuyết này rồi.
（過去時制）

② Anh nên hỏi ý kiến luật sư.
（忠告）相談する［意見］［律師］弁護士

③ Con tôi được cô giáo khen.
（受身）（女の）先生　ほめる

④ Tôi bị anh ấy đánh.
（受身）　　　　叩く

⑤ Anh ấy làm tôi khổ.
（使役）　　［苦］

訳
① 私はもうこの小説を読みました。
② あなたは弁護士に相談するべきです。
③ 私の子供は先生にほめられました。
④ 私は彼に叩かれました。
⑤ 彼は私を苦しめます。

ポイント

1　動詞句

動詞を軸とする動詞句の構造と具体例を見てみましょう。

副詞	時制詞	否定詞	助動詞	動詞	副詞	目的語	副詞
cũng	đã	không	phải		được		xong
…もまた	(過去)	…ない	…ねばならない		(可能)		…し終える
đều	sẽ	chưa	muốn		lại		đi
一様に	(未来)	まだ…ない	…したい		(繰り返し)		(命令)

動詞には前後に色々な要素が付きますので語順に注意して下さい。たくさんありますが, 普通は1〜3つ位の要素が付くだけです。副詞と否定詞についてはすでに学びましたので, この課では時制詞と助動詞についてまとめてみましょう。

2 時制詞

過去		現在		未来
đã	vừa / mới	đang	sắp	sẽ
	…したばかり	…しているところ	もうすぐ	

Tôi đã học tiếng Việt tại Việt Nam.
　私はベトナムでベトナム語を勉強しました。

Tôi vừa ăn cơm.　　私は食事をしたばかりです。

Anh ấy đang làm việc.　　彼は仕事をしているところです。

Tôi sắp đi ngủ.　　私はもうすぐ寝ます。　=(英語の) go to sleep

Chị ấy sẽ học tiếng Nhật.　　彼女は日本語を勉強するでしょう。

đã と sẽ は「時」を示す語 (hôm qua とか sáng mai など) がある場合には, 既に「時制」が明らかなので使わないのが普通です。

Hôm qua tôi đi mua sách.　　昨日, 私は本を買いに行きました。

8 giờ sáng mai chúng ta gặp nhau ở đây nhé.
明朝8時にここで会いましょうね。

đã は「現在完了」的にも「未来完了」的にも使われます。

Tôi đã đọc báo hôm nay rồi.　　今日の新聞はもう読みました。

Tôi đã học tiếng Việt 3 năm rồi.
私は（これまで）3年間ベトナム語を勉強しました。

Đến lúc đó anh ấy đã lấy vợ rồi.
その時までには彼は結婚しているでしょう。

... sắp ~ chưa?　　　もうすぐ~しますか。
Sắp, ... sắp ~ rồi.　　はい，もうすぐ~します。
Chưa, ... chưa ~ .　　いいえ，まだ~ないです。

Máy bay sắp hạ cánh chưa?　　飛行機はもうすぐ着陸しますか。
Sắp, máy bay sắp hạ cánh rồi.
はい，飛行機はもうすぐ着陸します。

語句　tại [在] ~で　ăn cơm 食事をする　lấy vợ 妻を取る>結婚する　hạ cánh 着陸する

3 助動詞

動詞の直前に位置し，「義務」，「必要」，「意志」，「希望」などを表わす助動詞のグループがあります。

phải	…ねばならない	dám	あえて…する
cần	…する必要がある	định	…するつもりだ
nên	…すべきである，…する方がよい	muốn	…したい
có thể	…できる，…してもよい	thích	…するのが好きだ

Chúng ta phải bảo vệ tổ quốc.
私達は祖国を守らなければなりません。

Chị cần mua một cuốn từ điển tốt.
あなたは良い辞書を一冊買う必要があります。

Các anh nên tập nói bằng tiếng Việt.
君達はベトナム語で話す練習をすべきです。

Chị ấy có thể nói tiếng Đức.
彼女はドイツ語を話すことが出来ます。

Tôi không dám hỏi ông ấy.　　私はあえて彼に尋ねません。

Tôi định đi một mình.　　　私は一人で行くつもりです。

Tôi muốn uống bia.　　　　私はビールを飲みたいです。

Chị ấy thích đọc sách.　　　彼女は本を読むのが好きです。

なお，cần, muốn, thích は動詞として直後に目的語をとることもできます。

Tôi cần nhiều tiền.　　　私はたくさんのお金が必要です。

Tôi muốn cái này.　　　私はこれが欲しいです。

Chị ấy thích hoa hồng đỏ.　　　彼女は赤いバラが好きです。

語句　bảo vệ [保衛] 守る　　tổ quốc [祖国]　　tập [習] 練習する
bia ビール　　hoa hồng バラ
外来語

4 受身文

ベトナム語には重要な受身助動詞が3つあります。そして，これらが「利害」の観点から使い分けられています。行為が主語の主体にとって「利益・幸福感」を与える場合は được，「被害・不幸感」を与える場合は bị，利害に中立の場合は do というように使い分けます。

受身文の構造

```
主語 ― được ― 行為者（任意）― 動詞
主語 ― bị  ― 行為者（任意）― 動詞
無生物主語 ― do ― 行為者（必須）― 動詞
```

Tôi được chị ấy mời ăn cơm.
私は彼女から食事に招かれています。

Anh ấy bị bố mắng.　　彼は父に叱られました。

Bài thơ này do chị Mai sáng tác.
この詩はマイさんによって創られました。

能動文にすると次のようになります。

Chị ấy mời tôi ăn cơm.

Bố mắng anh ấy.

Chị Mai sáng tác bài thơ này.

> Được は漢越語 đắc［得］に由来する語であり，本義は「獲得する」です。Bị は漢越語で［被］であり，本義は「被る」です。Do は漢越語で［由］であり，本義は「…によって」です。

語句 mời 招く　mắng 叱る　bài（類別詞・書いたもの）　thơ 詩　sáng tác［創作］

5 使役文

〈誰かに…させる〉という使役文の代表的パターンを見てみましょう。

主語ーchoー人ー動詞	（意識的に）…させる
主語ーlàm (cho)ー人ー動詞／形容詞	（多くの場合，結果的に）…させる
主語ーđểー人ー動詞	…させておく
無生物主語ーkhiếnー人ー動詞／形容詞	人に…させる＞（主語）のために人が…する

Cô giáo cho các học trò đếm từ một đến mười.
先生は生徒達に1から10まで数えさせました。

Anh ấy đã làm cho mọi người thất vọng.
彼はみんなを失望させました。

Để anh ấy tự giải quyết việc này.
彼にこの事を自分で解決させておきなさい。

Việc ấy khiến chúng tôi buồn.
その事は私達を悲しませた。＞その事のために私達は悲しんだ。

語句　học trò　生徒　　đếm　数える　　thất vọng［失望］　　việc　事

Bài Đọc [テキスト]

Âm nhạc và cà phê

Hà Nội cũng như một số thành phố khác trên thế giới, có rất nhiều quán cà phê lớn nhỏ. Có những quán ồn ào, nhộn nhịp, nhưng cũng có những quán yên tĩnh và thanh lịch. Sau giờ làm việc hay vào các buổi tối, người Hà Nội thường đến những quán họ ưa thích để thưởng thức cà phê ngon, hút điếu thuốc lá thơm và nghe những khúc nhạc êm dịu. Quán cà phê là nơi gặp gỡ bạn bè, trò chuyện tâm tình và cũng là nơi người ta có thể nghỉ ngơi sau những giờ làm việc mệt nhọc.

語句

cà phê コーヒー　quán cà phê 喫茶店　ồn ào 騒々しい　nhộn nhịp 賑やかな　yên tĩnh 静かな　thanh lịch 上品な　vào …に　ưa thích 好む　thưởng thức 賞味する　ngon おいしい　điếu thuốc lá タバコ　thơm 香りのいい　khúc nhạc 音楽　êm dịu 優しい　nơi 場所　gặp gỡ 会う　bạn bè 友人　trò chuyện おしゃべりする　tâm tình [心情] うちとけた　người ta 人々　nghỉ ngơi 休む　mệt nhọc 疲れた

訳

音楽とコーヒー

世界の他のいくつかの都市と同様にハノイにはとてもたくさんの大小の喫茶店があります。騒々しく賑やかな店がありますが, 静かで上品な店もあります。仕事のあとであるいは夜にハノイの人々はよく好みの店に行って, おいしいコーヒーを賞味し, 香りのいいタバコを吸い, 優しい音楽を聞きます。喫茶店は友達に会い, うちとけておしゃべりする場所であり, また人々が仕事で疲れた（時間）後に休むことができる場所でもあります。

Bài Tập （練習問題）

[1] 次の文を日本語に訳しなさい。

1. Anh ấy đang nghe rađio.
2. Tôi muốn học tiếng Pháp.
3. Anh ấy làm tôi buồn.

[2] 次の文を受身文にしなさい。

1. Thầy giáo khen mọi người.
2. Mẹ tôi mắng em trai.

Tiếng Hán Việt （漢越語）

職　業

nông dân　農民	công an　公安〈警察官〉
ngư dân　漁民	họa sĩ　画士〈画家〉
quân nhân　軍人	bác sĩ　博士〈ドクター〉
kỹ sư　技師〈技術者〉	công chức　公職〈公務員〉
chuyên gia　専家〈専門家〉	nhân viên công ty　人員公司〈会社員〉

第13課 重要構文

① <u>Mặc dù</u> không đẹp lắm, cô ấy rất <u>duyên dáng</u>.
   〜だけれども　　　　　　　　　　　魅力的な

② <u>Nếu</u> không mệt <u>thì</u> tôi sẽ đi chơi.
   もし　　　　　　　…ならば

③ Tôi thích <u>vừa</u> làm việc <u>vừa</u> nghe <u>nhạc</u>.
   〜しながら　　　　　…する　　音楽

④ Chúng ta <u>càng</u> đi nhiều <u>càng</u> biết nhiều.
   〜すればするほど　　ますます…

⑤ Các sinh viên phải học <u>không những</u> tiếng Việt <u>mà còn</u>
   〜ばかりでなく　　　　　　　　　　…も

nhiều <u>môn học</u> khác.
   科目

訳
① それほど美しくはないが彼女はとても魅力的です。
② 疲れてなければ遊びに行きます。
③ 私は音楽を聞きながら仕事をするのが好きです。
④ 私達はたくさん行けば行くほど、ますますたくさん知るようになります。
⑤ 学生たちはベトナム語ばかりでなく、他のたくさんの科目も学ばなければなりません。

ポイント

1 譲歩構文

```
Tuy
Mặc dù  } ~ nhưng ...     ～だけれども…
```

Tuy tiếng Việt khó nhưng tôi thích học.
ベトナム語は難しいけれども私は勉強するのが好きです。

Mặc dù đường xa nhưng anh ấy vẫn đến thăm tôi.
道は遠かったけれども彼はそれでも私を訪問してくれた。

語句　đường　道　　đến thăm　訪問する

2 原因・結果構文

```
Vì ~ nên ...      ～なので，（それで）…
... vì ~          ～なので…
~ nên ...         （なので）それで…
```

Vì con tôi bị ốm nên tôi phải ở nhà.
子供が病気なので，私は家にいなければなりません。

Tôi không gặp được anh ấy vì anh ấy đi vắng.
出かけていなかったので，私は彼に会えませんでした。

Trời mưa to nên tôi không đi được.
大雨なので，それで私は出かけることが出来ません。

Sở dĩ ~ là vì ...　　　　　～なのは…のためだ

[所以]

　Sở dĩ tôi phải ở nhà là vì con tôi bị ốm.
　　私が家にいなければならないのは子供が病気のためです。

(語句)　đi vắng　出かけていない

3 条件・仮定構文

Nếu ~ thì
(Nếu) S mà ~ thì　　　もし～ならば
Hễ ~ thì　　　　　　　～したらいつでも
có ~ (thì) mới　　　　～したら初めて

　Nếu anh không dịch được bài này thì tôi sẽ giúp đỡ.
　　もし君がこの文章を訳すことが出来なければ、私が手伝ってあげましょう。

　(Nếu) Tôi mà biết đường xa thế này thì tôi không đến đây.　　語順に（動詞の前）注意！
　　もし道がこんなに遠いことを知っていたら私はここに来ませんでした。

　Hễ tôi gọi điện thì anh ấy đến ngay.
　　私が電話すると彼はすぐ来てくれます。

　Chị ấy có hỏi thì tôi mới trả lời.
　　彼女が尋ねたら私は初めて答えます。

(語句)　bài　文章　　giúp đỡ　手伝う　　trả lời　答える

4 反語構文

Làm sao (mà) ~ được　　　どうして～できようか

116

Làm sao tôi hiểu được.
どうして理解できようか。＞全く理解できない。

5 願望構文

| Ước gì ~ | ～だといいのだが |

Ước gì đứa con này là con gái.
この子が女の子だったらいいのに。

語句　đứa（類別詞・子供に付ける）

6 その他の大切な構文

vừa ~ vừa ...	（動詞）～しながら…する
	（形容詞）～だし…でもある
	（名詞）～兼…である

Chúng ta vừa uống vừa nói chuyện.
私達は飲みながら話をしました。

Từ điển này vừa rẻ vừa tốt.　　この辞書は安いしよい。

Anh ấy vừa là thầy giáo vừa là nhà văn.
彼は先生でもあるし作家でもある。

| càng ~ càng ... | ～すればするほどますます… |

Tôi càng nhìn cô ấy càng đỏ mặt.
私が見つめれば見つめるほど彼女はますます顔を赤くしました。

càng ngày càng ~　　日増しにますます～

Trời càng ngày càng lạnh.　　日増しにますます寒くなってくる。

không những ~ mà còn ... 　　～ばかりでなく…でもある

Anh ấy không những là thầy giáo mà còn là một nhà văn nổi tiếng. 　彼は先生であるばかりでなく有名な作家でもあります。

chứ không thì 　　そうでないと

Anh phải uống thuốc chứ không thì không khỏi đâu.
薬を飲まなければなりません。そうでないと治りませんよ。

否定の強調

kẻo 　　～しないように

Anh không nên hút thuốc lá nhiều kẻo hại đến sức khoẻ.
健康を害さないようにタバコをたくさん吸わないほうがいいですよ。

語句　nhà văn　作家　　nổi tiếng　有名な　　khỏi　治る　　hại［害］

Hội Thoại ［会話］

Liêu (nam):　Alô! Ai đấy?

Lan (nữ):　Lan đây. Liêu đấy à? Mình đã gọi đến sáu lần rồi mà không gặp được.
〈こちら〉　　　　　　　　　　　　　　　　〈そちら〉

Liêu:　Thế à? Có việc gì cần thế?

Lan:　Mình có vé phim tối nay. Phim Ba Lan hay lắm. Đi với mình nhé!

Liêu:　Thế thì hay quá!

Lan:　Chuẩn bị đi! Mình đợi cậu lúc 7 giờ, trước cửa rạp

Liêu: Tháng Tám. Đừng đến muộn nhé!
Liêu: À, mà nếu mưa thì sao?
Lan :   Mưa cũng đi. Nhưng chắc không mưa, mình đã nghe dự báo thời tiết rồi.

語句 alô（電話）もしもし　đến（数字の前では強め）　mình（親しい一人称）　gặp　会う（ここでは電話の慣用表現で〈～と話す〉の意味　mà（接続詞）しかし　vé　券　phim　映画　Ba Lan　ポーランド　chuẩn bị［準備］　cậu　若い男性（二人称）　đợi　待つ　cửa　入口　rạp Tháng Tám　8月劇場　à, mà　あっ、そうそう　sao　どのよう　dự báo thời tiết［予報時節］天気予報

訳 リエウ（男）：もしもし，どなたですか。
ラン（女）：ランです。リエウなの。6回も電話したのにダメだったのよ。
リエウ：そうだったの。何か用なの。
ラン：今夜の映画の券を持ってるのよ。とても面白いポーランド映画なのよ。私と一緒に行きましょうよ。
リエウ：それはとてもいいね。
ラン：用意してね。7時に8月劇場の入口の前で待ってるわね。遅れないでね。
リエウ：あっ，そうそう，もし雨が降ったらどうするの。
ラン：雨でも行くわ。でも，きっと降らないわ。天気予報聞いたもの。

Bài Tập （練習問題）

1 次の文を日本語にしなさい。

1. Nếu trời mưa to thì tôi không đi.
2. Vì rất bận nên tôi cũng không ngủ được.
3. Anh ấy vừa ăn cơm vừa làm việc.

2 (　　) の中に適語を入れなさい。

1. Mặc (　　) khó nhưng tôi cũng thích học triết học.
2. Càng học (　　) biết nhiều.
3. Anh ấy (　　) những cao mà còn béo.

　　triết học ［哲学］

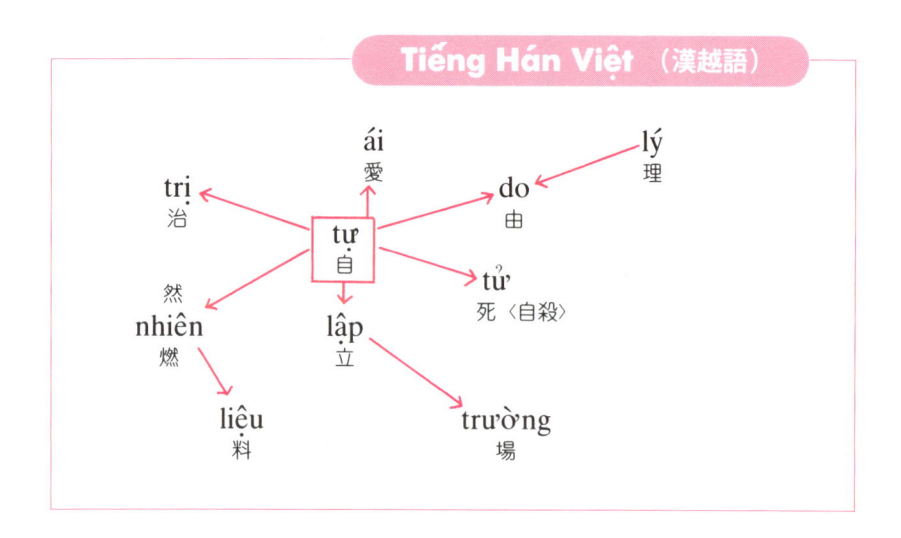

Tiếng Hán Việt （漢越語）

- trị 治
- ái 愛
- lý 理
- do 由
- tư 自
- tử 死 〈自殺〉
- nhiên 燃
- lập 立
- liệu 料
- trường 場

第14課 重要動詞

① Chị ấy mời tôi đi xem xiếc.
　　　　招待する　　　　　サーカス

② Tôi gửi cho bố tôi một bức thư.
　　　送る

③ Tôi coi đây là một bài học đối với tôi.
　　　　見なす　　　　　教訓

④ Cô ấy sẽ trở thành cô giáo tốt.
　　　　　…になる

⑤ Tôi nghĩ rằng vấn đề này khó giải quyết.
　　　　考える（接続詞）

訳
① 彼女は私をサーカスを見に招待してくれました。
② 私は父に手紙を一通出しました。
③ 私はこれを私に対する一つの教訓だと見なしています。
④ 彼女はいい先生になるでしょう。
⑤ 私はこの問題は解決しがたいと考えています。

ポイント

1 基本的な動詞

hỏi 尋ねる ⟷ trả lời 答える　　mở 開ける ⟷ đóng 閉める

mua 買う ⟷ bán 売る　　　　　mặc 着る ⟷ cởi 脱ぐ

nhớ 覚えている ⟷ quên 忘れる　tin 信じる ⟷ nghi 疑う

thích 好む ⟷ ghét 嫌う　　　　đón 出迎える ⟷ tiễn 見送る

tăng 増える ⟷ giảm 減る　　sinh 生まれる ⟷ chết 死ぬ
kéo 引く ⟷ đẩy 押す　　　　bật （電気・テレビ）つける ⟷ tắt 消す
gặp 会う ⟷ chia tay 別れる　thắng / được 勝つ ⟷ thua 負ける
có mặt 出席する ⟷ vắng mặt 欠席する
bắt đầu 始まる・始める ⟷ kết thúc 終わる
giữ lời 約束を守る ⟷ <u>sai hẹn</u>　約束を破る　<約束する>は hứa
chấp nhận / nhận lời 承知する ⟷ từ chối 断る
tán thành [賛成] する ⟷ phản đối [反対] する
lấy vợ （男）結婚する ⟷ ly dị [離異] 離婚する
lấy chồng （女）結婚する ⟷ ly hôn [離婚]

2　動詞句パターンと動詞グループ

動詞―人―動詞句　人に～するように…する

mời 招待する　　nhờ 依頼する　　đề nghị [提議] お願いする・求める
khuyên 忠告する　　bảo 言う　　yêu cầu [要求] する　　等々

Tôi mời cô ấy ăn cơm.　　私は彼女を食事に招待しました。

Chị ấy nhờ anh mua gì?
　彼女はあなたに何を買うことを頼みましたか。

Tôi đề nghị anh không hút thuốc.
　私はあなたにタバコを吸わないようにお願いします。
　＞タバコを吸わないで下さい。

Chị ấy khuyên tôi chuẩn bị cẩn thận.
　彼女は私に注意して準備するように忠告してくれました。

Mẹ anh bảo anh đi đâu?
あなたのお母さんはあなたにどこへ行くように言いましたか。

```
        ⎧ (cho) 人―名詞
動詞   ⎨                              人に名詞を～する
        ⎩ 名詞―cho ―人
```

đưa 渡す　　gửi 送る　　tặng 贈る　　phát 配る　　mua 買う　　等々

Tôi gửi một bức thư cho em trai tôi.
私は弟に手紙を一通出しました。

Thầy giáo đưa anh ấy một quyển sách.
先生は彼に本を一冊渡しました。

Chị ấy tặng (cho) anh ấy một cái áo len.
彼女は彼にセーターをプレゼントしました。　〈ウール〉

Cô giáo phát sách giáo khoa cho các học trò.
先生は生徒達に教科書を配りました。　〔教科〕

```
                     ⎧ như ⎫                              のように
動詞―名詞¹  ⎨      ⎬ 名詞²      名詞¹を名詞²            ～する
                     ⎩ là    ⎭                              だと
```

coi 見なす　　gọi 呼ぶ　　等々

Tôi coi cô ấy như em gái tôi.
私は彼女を自分の妹のように見なしています。

Ngày xưa người ta gọi Hà Nội là Thăng Long.
昔, 人々はハノイをタンロンと呼んでいました。

```
動詞―人― làm ―名詞                       人を名詞に～する
```

cử 任命する　　bầu 選ぶ, 選出する　　等々

123

Chính phủ mới đã cử ông ấy làm đại sứ.
新政府は彼を大使に任命しました。

Đại hội đã bầu ông ấy làm chủ tịch.
大会は彼を主席に選出しました。

trở thành（＋名詞が一般的）
trở nên（＋形容詞が一般的）　　～になる

Anh ấy sẽ trở thành bác sĩ tốt.　　彼はいい医者になるでしょう。
Thời tiết đã trở nên xấu.　　天気が悪くなりました。

動詞 ⟨ của―人―名詞
　　　名詞―của―人 ⟩　　人（または図書館・銀行）から名詞を～する

vay 借りる　　mượn 借りる　　nhận 受け取る　　等々

Tôi vay của anh ấy 10 vạn đồng.
私は彼から10万ドン借りました。

Chị ấy mượn của thư viện 2 quyển sách.
彼女は図書館から本を二冊借りました。

Anh ấy nhận gói quà của chị ấy.
彼は彼女からお土産を受け取りました。

動詞 ⟨ rằng
　　　　là ⟩ 文　　～ことを…する

（rằng と là は接続詞，英語の that に相当）

biết 知っている　　nghĩ 思う・考える　　cho 考える・みなす
nghi 疑う　　e 心配する　　sợ 恐れる・心配する　　等々

Mọi người đều biết rằng anh ấy yêu cô ấy.
みんな彼が彼女を愛していることを知っています。

Ai cũng cho là anh ấy là người có tài.
誰でも彼が有能な人であると考えています。

Tôi nghi rằng anh ấy nói dối.
私は彼が嘘をついていると疑っています。

Tôi sợ rằng mẹ tôi nhỡ tàu.
私は母が列車に乗りそこねるのではないかと心配しています。

> 語句　áo len セーター　người ta 人々　Thăng Long ［昇龍］タンロン（ハノイの旧名）　gói quà お土産　yêu 愛する　có tài 有能な　nhỡ tàu 列車に乗りそこねる

③ 自動詞の他動詞化

動詞の前に đánh（本義は〈たたく〉ですが，この用法では〈働きかける〉の意）を置く場合。

đánh mất	なくす	đánh rơi	落とす
なくなる		落ちる	
đánh đổ	倒す	đánh thức	起こす
倒れる		起きる	

動詞の前に cho〈…させる〉を置く場合。

| cho mượn | 借りさせる＞貸す | cho biết | 知らしめる＞知らせる |
| 借りる | | 知っている | |

④ 大切な熟語

ăn cắp	盗む	để lại	残す・置き忘れる
ăn ở	振舞う	đến giờ	…の時間になる
bắt chước	まねる	làm ăn	生活する
coi trọng	重視する	làm bộ	ふりをする

125

coi nhẹ	軽視する	làm khách	気兼ねする
đánh bại	打ち勝つ	làm tròn	成し遂げる
đánh cá	釣りをする	lấy làm	感じる・思う
đánh thuế	課税する	nói đùa	冗談を言う
đóng thuế	税金を払う	nói nhỏ	囁く
đóng vai	役割を演じる	nói xấu	悪口を言う
đổi mới	刷新する	mở rộng	拡大する
được mùa	豊作である	ra đời	誕生する
mất mùa	不作である		

Biểu Hiện [表現]

提案・依頼・意見・予定

1. Chúng ta đi bách hóa tổng hợp nhé.
2. Anh nên đến bệnh viện ngay bây giờ.
3. Vậy thì chúng ta vào đề ngay nhé.
4. Làm ơn cho tôi một cốc nước.
5. Tôi có việc muốn nhờ anh.
6. Đây là cơ hội nghìn vàng.
7. Nếu ở cương vị anh, tôi sẽ không làm thế.
8. Anh suy nghĩ lại xem sao?
9. Chủ nhật này chị có dự định gì không?
10. Hội nghị đã bắt đầu muộn 30 phút so với dự định.

語句 bách hóa tổng hợp [百貨総合] デパート　vào đề 本題に入る
làm ơn どうぞ　cốc コップ　cơ hội [機会] チャンス

nghìn vàng　千金の＞とても価値ある　cương vị　地位　suy nghĩ　推察する　～sao?　どうですか　so với　～と比べて　dự định［予定］

訳
1. デパートへ行きましょう。
2. 今すぐ病院へ行った方がいいですよ。
3. それでは，さっそく本題に入りましょう。
4. 水を一杯いただけませんか。
5. 私はあなたに依頼したいことを持っています。＞お願いがあるのですが。
6. これは絶好のチャンスだ。
7. あなたの地位にいたら私はそうはしません。
8. もう一度よく考えてみたらどうですか。
9. 今度の日曜日は何か予定がありますか。
10. 会議は予定より30分遅れて始まりました。

Bài Tập （練習問題）

1　次の文を日本語に訳しなさい。

1. Hàng tháng chị ấy gửi một bức thư cho bố mẹ.
2. Anh ấy coi đây là một cơ hội tốt.
3. Em trai tôi muốn trở thành luật sư.

2　次の語の反意語を書きなさい。

1. trả lời
2. bán
3. nhớ
4. ghét
5. sinh
6. chia tay
7. thắng
8. từ chối
9. lấy vợ
10. đóng

Tiếng Hán Việt （漢越語）

交通・旅行

phương tiện giao thông　方便交通〈交通手段〉

tai nạn giao thông　災難交通〈交通事故〉

tốc độ tối đa　速度最多〈最高速度〉

hàng không　航空

hành khách　行客〈旅客〉

hành lý　行李〈スーツケース〉

kiểm tra hải quan　檢查海関〈税関検査〉

hộ chiếu　護照〈パスポート〉

thị thực nhập (xuất) cảnh　視実入（出）境〈入（出）国ビザ〉

mục đích nhập cảnh　目的入境〈入国目的〉

第15課 ベトナム語らしい表現

Track 46

① Phải viết nhiều lần, anh mới nhớ được.
　　　　　　　　　　　　　　　　　覚える

② Thà chết còn hơn làm nô lệ.
　～の方がよい　　　　　　[奴隷]

③ Cô ấy mắt to.

④ Chị ấy thay đổi nhiều đến nỗi lúc đầu tôi không
　　　　　変わる　　　　～ほど　最初のうち

nhận ra.
見分けがつく

⑤ Tôi quên chưa sao giấy tờ này.
　　　　　　　　コピーする　書類

訳
① 何度も書いて初めてあなたは覚えることができます。
② 奴隷になるよりも死んだ方がよい。
③ 彼女は目が大きいです。
④ 彼女は最初のうち（彼女と）分からないほどとても変わっていました。
⑤ 私はこの書類をコピーするのを忘れていました。

ポイント

この課では色々なベトナム語らしい表現を学びましょう。

1 ベトナム語らしい文型

| phải ~ mới ... | ~しなければならない，そうして初めて…
 →~しなければ…できない
 →~して初めて…できる |

Phải cố gắng học, anh mới lên lớp được.
一所懸命に勉強しなければ君は進級出来ません。

| thà ~ còn hơn ... | …するよりも~する方がよい |

Tôi thà thôi việc còn hơn tiếp tục làm việc trong hoàn cảnh xấu như thế này.
こんなに悪い状況の中で働き続けるよりも仕事をやめた方がよい。

| 名詞¹ ― 名詞² ― 形容詞 | 名詞¹について言うと名詞²は~だ |

人・事物の特徴・状況を表わすパターン。名詞²は名詞¹の一部分や性質を示す語。

Mẹ tôi tóc chưa bạc.　私の母は髪の毛がまだ白くありません。

| 形容詞 ― (quá) ― đến nỗi ~ | ~ほど（とても）… |

Bài tập này khó quá đến nỗi sinh viên nào cũng không làm được.
この練習問題はどの学生もできないほどとても難しいです。
→この練習問題はとても難しくてどの学生もできません。

| khi nào～ | いつか〜の時には 〈いつ?〉という意味ではない |

Anh tạm dùng, sẽ trả lại tôi khi nào anh không cần đến nữa. あなたは一時使って，それ以上必要なくなった時には私に返して下さい。

語句 cố gắng 一所懸命に　lên lớp 進級する　thôi việc 仕事をやめる　hoàn cảnh〔環境〕　tóc 髪の毛　bạc 白い, 銀色の　tạm〔暫〕一時, しばらく　trả lại 返す　cần（動詞）…を必要とする

2　ベトナム語らしい動詞句

| ăn đũa | 〈箸で食べる〉のパターン |

動詞の目的語がない場合には手段を表わす bằng は省くことができます。

Người Việt ăn đũa.　　ベトナム人は箸で食べます。

Tôi thường viết bút bi.　　私は通常ボールペンで書きます。

ただし，以下の文のように目的語がある場合には bằng を省くことはできません。

Người Việt ăn cơm bằng đũa.
　ベトナム人は箸で御飯を食べます。

Tôi thường viết thư bằng bút bi.
　私は通常ボールペンで手紙を書きます。

| quên chưa | 忘れてまだ〜していない→〜するのを忘れていた |

Tôi quên chưa bỏ bức thư này.
　私はこの手紙をだすのを忘れていました。

動詞ー đi ー動詞ー lại　　　　繰り返し〜する

同一の

　　học đi học lại　　繰り返し勉強する
　　giải thích đi giải thích lại　　繰り返し説明する

đi ー地点ー về　　　　〜へ行って戻ってくる

　　Anh ấy vừa đi sân bay về.　　彼は空港へ行ってきたところです。
　　Tôi mới đi công tác về.　　私は出張から帰ってきたばかりです。

語句　đũa 箸　bỏ 投函する；捨てる　giải thích [解釈] 説明する
　　　đi công tác [工作] 出張する

3　その他のベトナム語らしい表現

mỗiー名詞¹ー mộtー名詞²　　名詞¹それぞれ，それぞれの名詞²
　　　　　　　　　　　　　→名詞¹それぞれ名詞²が違う

これは多様性を表わす言い方です。

　　mỗi người một ý　　人それぞれ考えが違う
　　mỗi người một nhiệm vụ　　人それぞれ任務が異なる

主語ー thì ー主語〜　　　　主語（の場合）は〜

同一の

他の人の場合と対比させて，主語の場合を強調する言い方です。

　　(Chị ấy thích nghe âm nhạc.)
　　Tôi thì tôi thích xem vô tuyến truyền hình.
　　　（彼女は音楽を聞くのが好きです。）私（の場合）はテレビを見るのが好きです。

> 文字どおりには〈一つの方法〉

một cách — 副詞 ～のように

chăm chỉ（真面目に），rõ ràng（明確に）のような2音節の副詞の場合，強調のためや副詞であることを明らかにするために một cách を付けることが出来ます。

Chị ấy luôn luôn học tập một cách chăm chỉ.
彼女はいつも真面目に学習しています。

Cô Lan dạy ngữ pháp một cách rõ ràng.
ラン先生は文法を明確に教えます。

một cách がないと，〈明確な文法〉と解釈することも可能になります。

語句 nhiệm vụ［任務］ vô tuyến truyền hình［無線伝形］テレビ（外来語 ti-vi とも言う） cách 仕方 học tập［学習］ ngữ pháp［語法］文法

Bài Đọc ［テキスト］

Trước khi chia tay

Một số người nước ngoài cho rằng sống ở Hà Nội vài tuần là một sự thử thách lớn. Sống một mình trong khách sạn thật là không dễ dàng. Nhưng với tôi, được làm một người khách của Việt Nam, đặc biệt của Nhà xuất bản Ngoại văn vài tháng nay là một dịp rất thú vị. Chính sự tốt bụng và thân thiện của các bạn Việt Nam đã làm cho cuộc sống của tôi trở nên dễ chịu. Và công việc đã giúp tôi hiểu thêm về lịch sử, văn hóa và xã hội Việt Nam. Về nước, tôi sẽ tiếp tục nghiên cứu về Việt Nam, khuyến khích những người Úc khác cùng tìm hiểu về

Việt Nam như tôi. Tôi đã có nhiều người bạn mới ở đây và hy vọng chúng tôi sẽ liên lạc với nhau khi tôi trở về Úc. Tôi hy vọng một ngày nào đó tôi sẽ được trở lại Việt Nam.

語句 sự ［事］(sự＋動詞 〜のこと＝名詞)　thử thách　試練　dễ dàng　容易な，順調な　khách　客　đặc biệt ［特別］　nhà xuất bản ［出版］社　ngoại văn ［外文］外国語（特定の名詞の後にのみ使われる）　chính ［正］に（強め）　tốt bụng　親切な，人のよい　thân thiện ［親善］　cuộc sống　生活　dễ chịu　気持のよい，不自由のない（chịuは〈耐える〉；反意語は khó chịu 不愉快な，困った）　giúp　助ける　thêm（動詞＋thêm）さらに，もっと　xã hội ［社会］　tiếp tục ［接続］し続ける　khuyến khích　励ます　tìm hiểu　探究する　một ngày nào đó　いつの日か

訳
　　　　　　　　　　　別れる前に
一部の外国人はハノイで数週間生活することは大きな試練だと考えています。ホテルでの一人暮しは本当に容易ではありません。しかし私にとっては，この数カ月間ベトナムの，それも特に「洋書出版社」のゲストとなれたことは大変楽しい機会でした。まさにベトナムの友人達の親切と親しさが私の生活を不自由ないものにさせました。そして，仕事は私がベトナムの歴史や文化や社会についてさらに理解することを助けました。帰国しても私はベトナムについて研究し続け，私と同じようにベトナムについて探究している他のオーストラリアの人たちを励ましていきます。私はここでたくさんの新しい友達ができました。そして私はオーストラリアへ帰っても私達が互いに連絡を取り合うことを希望しています。私はいつの日かベトナムに戻ってくることを希望しています。

Bài Tập （練習問題）

[1] 次の文を日本語に訳しなさい。

1. Cô ấy tóc dài.
2. Tôi quên chưa gọi điện cho anh ấy.
3. Tôi mệt quá đến nỗi tôi không thể đi làm được.

[2] (　　) の中に適語を入れなさい。

1. (　　　) người một việc.
2. Tôi (　　　) tôi muốn uống cà-phê.
3. Xin anh cho tôi biết kết quả khi (　　　) anh có được.

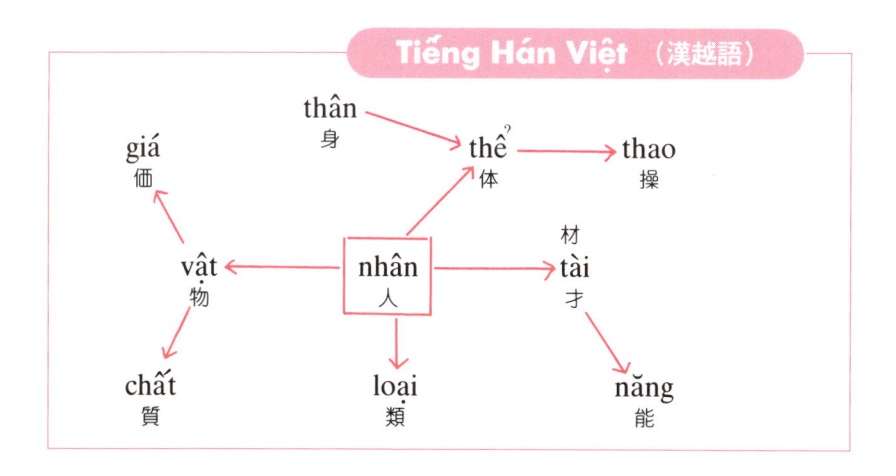

Tiếng Hán Việt （漢越語）

- thân 身
- giá 価
- thể 体
- thao 操
- vật 物
- nhân 人
- tài 才 (材)
- chất 質
- loại 類
- năng 能

第16課 文の拡大と読解法

① Mẹ và em gái tôi đi chợ để mua cá, thịt và rau.
　　　　　　　　　　　市場　　　　魚　肉　　野菜

→ A, B và C
　A と B と C
　このパターンはよく使われる

② Chúng tôi luyện tập phát âm, đặt câu, làm bài tập và học cách dùng từ.
　　　　　　　　　　　　　　　作文する　　　　　　　　　　　仕方

③ Cô giáo mới của chúng tôi trẻ, đẹp và vui tính.
　　　　　　　　　　　　　　　　　　　　　陽気な

④ Hôm qua tôi viết thư cho anh ấy vì tôi biết anh ấy sắp đi Việt Nam để học tiếng Việt.

⑤ Theo đài phát thanh, ngày 13-7, 12 người thiệt mạng,
　　　　[台発声] ラジオ放送局　　　　　　　　　　死亡する

chủ yếu là phụ nữ và trẻ em và 15 người bị thương.
[主要] 主に　[婦女] 女性　　子供　　　　　　　　負傷する

訳
① 母と妹は魚と肉と野菜を買いに市場へ行きました。
② 私達は発音の練習をしたり、作文をしたり、練習問題をしたり、語の使い方を勉強したりします。
③ 私達の新しい先生は若くて、きれいで、陽気です。
④ 昨日、私は彼がベトナム語を勉強するためにもうすぐベトナムへ行くことを知っていたので、彼に手紙を書きました。
⑤ ラジオ放送によると、7月13日、女性と子供を主とする12人が死亡し、15人が負傷しました。

ポイント

1 文の拡大

一つの文が長くなるには色々なケースがあります。以下にいくつかのよくあるケースについて見てみましょう。

◆主語や述語や目的語が2つ以上あるケース

Chiều qua các bạn tôi và tôi đi mua 2 quyển sách tiếng Tây Ban Nha và 3 quyển từ điển Anh-Việt.

昨日の午後，友達と私はスペイン語の本2冊と英越辞書3冊を買いに行きました。

◆主語や目的語の核となる名詞に2つ以上の修飾語がついているケース

Ba ngôi nhà cao, mới kia đều đẹp lắm.

あの3軒の新しくて高い家は一様にとてもきれいです。

◆述語の動詞・形容詞に長い副詞句がついているケース

Tiếng Việt của tôi chưa đủ để xem phim bằng tiếng Việt.

私のベトナム語はベトナム語で映画を見るためにはまだ十分ではありません。

◆説明・補充的挿入句のために主語や目的語が長くなっているケース

Đầu tháng 11, nghệ sĩ Pháp Laurent Decol, học trò của Marcel Marceau vĩ đại, đến thăm Việt Nam.

11月初め，偉大なマルセル・マルソーの弟子であるフランスのアーティストのローレント・デコルがベトナムを訪問しました。

◆場所・時間・状況などを表わす文の導入部が長いケース

Tại cuộc họp báo được tổ chức ngày 22-12, tại Bu-đa-pet, thủ tướng mới của Hung-ga-ri tuyên bố Hung-ga-ri mong muốn trở thành thành viên chính thức của NATO.

12月22日ブタペストで行なわれた記者会見でハンガリーの新首相はハンガリーがNATOの正式なメンバーになることを望むと言明しました。

| 語句 | Tây Ban Nha［西班牙］スペイン　　ngôi（類別詞）建て物につける　đủ　十分な　　nghệ sĩ［芸士］芸術家　　học trò　ここでは〈弟子〉　đến thăm　訪問する　　cuộc họp báo　記者会見　　tổ chức［組織］催す　　tuyên bố［宣布］言明する　　mong muốn　望む　thành viên［成員］メンバー　　chính thức［正式］

2　長い文の読解法

長い文の読解は以下の手順に従って下さい。

① 文の書き出しの部分が導入部であるかどうかをチェックします。**ngày, tại, theo, trong, sau khi** のような語で始まっている文は導入部のある文です。

② 導入部がある場合は，その部分がどこまでであるかをチェックします。このことは主部がどこから始まっているのかということにもなります。指示詞があると，そこが主部の終りである可能性があります。

③ 次に，一番大切なことですが，主部と述部の境界がどこであるかをチェックします。動詞がありその前に時制詞などがあれば，そこが述部の始まりである可能性があります。

読解していく上で，次のことに注意して下さい。

① **文主語を持つ文**

読んでいて，一つの文が終わった所でまた動詞句が続いている文のことです。そこまできて初めてそこまでの文が文主語であったことに気付くことになります。

Bệnh của anh cả đã khỏi làm cho bố mẹ yên tâm.
長男の病気が治ったことが父母を安心させた。

② **việc の名詞化機能**

việc は動詞句や節の前に置かれると，全体を名詞化〈〜こと〉させる機能を持っています。

Việc thực hiện có hiệu quả các chính sách như vậy / rất quan trọng.　　そのように諸政策を効果的に実行することは大変重要です。

では次の文を分析してみましょう。

Sau hơn một năm du học ở Nhật Bản, tháng 9 năm nay, Thái Thạch Bảo, sinh viên xuất sắc Việt Nam, trở về Việt Nam thăm quê, thăm cha mẹ và bạn bè cũ.

この文を分析すると以下のようになります。

Sau hơn một năm du học ở Nhật Bản, tháng 9 năm nay,
ここまでが導入部

Thái Thạch Bảo, sinh viên xuất sắc Việt Nam, trở về Việt Nam, thăm quê, thăm cha mẹ và bạn bè cũ.
主語 / 説明の挿入句 / ここからが述部
動詞句が三つ並んでいる

日本に一年以上留学した後，今年9月に，ベトナムの優秀な学生であるタイ タック・バーオはベトナムに戻って故郷を訪れ父母と旧友を訪問しました。

語句　bệnh［病］病気　khỏi 治る　yên tâm［安心］　thực hiện［実現］実行する　có hiệu quả［効果］効果的に　quan trọng 重要な　du học［遊学］留学する　xuất sắc［出色］優秀な

Hội Thoại [会話]

A: Tuần này tôi sẽ đi thành phố Hồ Chí Minh.
B: Thế à? Chị đi thành phố Hồ Chí Minh để làm gì?
A: Tôi đi để xem tình hình hiện nay ở trong đó.
B: Chị sẽ đi bao lâu?
A: Khoảng một tuần. Không biết khi nghe người Sài Gòn nói, tôi có hiểu được không.
B: Lúc đầu chắc cũng khó, nhưng dần dần quen. À, mà chị đi bằng gì, tàu hỏa hay máy bay?
A: Tôi thích đi tàu hỏa để xem phong cảnh.

語句　tình hình [情形] 状況　　hiện nay 現在　　phong cảnh [風景]

訳
A: 今週、私はホーチミン市へ行きます。
B: そうですか。何をしにホーチミン市へ行くのですか。
A: そこの現在の状況を見るために行きます。
B: どのくらい行くのですか。
A: 約一週間です。サイゴンの人が話すのを聞いて理解できるか分かりません。
B: 最初のうちはきっと難しいでしょう、でもだんだん慣れるでしょう。あっ、そうそう、何で行くのですか、列車ですか、飛行機ですか。
A: 私は風景を見るために列車に乗って行くのが好きです。

Bài Tập （練習問題）

次の文章を日本語に訳しなさい。

Thầy giáo của chúng tôi thường nói: ngữ pháp tiếng Việt và ngữ pháp tiếng Khơ-me không khác nhau nhiều. Nhưng phát âm tiếng Việt phức tạp vì tiếng Việt có nhiều thanh điệu. Vì thế, các bạn phải cố gắng tập đọc, tập nói, tập nghe và tập viết.

Những khi chúng tôi học tập tiến bộ, thầy giáo thường khen ngợi và khuyến khích chúng tôi.

語句　Khơ-Me　クメール　thanh điệu［声調］　khen ngợi　賞賛する

Tiếng Hán Việt （漢越語）

医学関係

y học　医学

đại học y khoa　大学医科

đại học dược khoa　大学薬科

bệnh viện　病院

bệnh viện đa khoa　病院多科〈総合病院〉

bệnh truyền nhiễm　病伝染

tỷ lệ tử vong　比例死亡〈死亡率〉

phòng bệnh　防病〈予防〉

viện nhi　院児〈小児医院〉

viện sản　院産〈産院〉

第 17 課　電　話

その1

X: Alô! Tổng đài đây.

Y: Tôi muốn gọi điện đi Nhật Bản.

X: Xin anh làm ơn đợi một chút. Bao giờ gọi được, tôi sẽ báo.

Y: Có phải đợi lâu không chị?

X: Khoảng 5 phút. Xin cho biết số điện thoại anh cần gọi ạ.

Y: Tô-ki-ô. 3917-6524. Cám ơn chị.

X: Khi nào có thể gọi, tôi sẽ báo cho anh.

語句　alô〈外来語〉もしもし　　tổng đài〔総台〕交換台　　số điện thoại　電話番号

◆**解釈のポイント**◆

Bao giờ gọi được
Khi nào có thể gọi　　**直訳**：かけられるようになった時には

anh cần gọi　　〈あなたがかける必要がある〉は số điện thoại を修飾しています。

Cám ơn chị.　　ここでは〈よろしくお願いします〉に相当します。

【訳】 X: もしもし，交換です。
Y: 日本に電話したいのですが。
X: 少しお待ちしていただけますか。つながりましたらお知らせします。
Y: 長く待たなければなりませんか。
X: 5分ぐらいです。おかけになりたい電話番号は何番でしょうか。
Y: 東京，3917の6524です。お願いします。
X: つながりましたらお知らせします。

【その2】

X: Alô! Tôi nghe đây.

Y: Xin lỗi chị. Sân bay Tân Sơn Nhất, phải không ạ?

X: Ồ không, anh nhầm rồi. Đây là tòa soạn báo Sài Gòn giải phóng.

Y: Thế à? Xin lỗi chị.

【語句】 tòa soạn〔新聞〕本社　　giải phóng〔解放〕

◆解釈のポイント◆

Tôi nghe đây.
文字通りには〈私は聞いています〉ですが，この場合は alô と同じ意味合いで使われているものと思われます。

【訳】 X: もしもし。もしもし。
Y: すみません，タンサンニャット空港ですね。
X: いえ，違います。お間違えですよ。こちらは「解放サイゴン」本社です。
Y: そうですか。どうもすみません。

【その3】

Lễ tân: Alô, khách sạn Thắng Lợi nghe đây.

Tạo: Cô làm ơn cho tôi gặp chị Thu, phòng 537.

L: Xin anh đợi một chút. Alô, chị Thu không có ở trong

> phòng. Anh có nhắn gì không?
>
> T: Nhờ cô nói với chị Thu là tối nay tôi, Tạo, không thể đi ăn cơm với chị Thu vì tôi bận lắm.
>
> L: Dạ, tôi hiểu rồi.
>
> T: Cảm ơn cô.
>
> L: Không có chi.

語句 lễ tân 受付   nhắn 伝言する   nhờ 頼む，お願いする

◆**解釈のポイント**◆

Cô làm ơn cho tôi gặp chị Thu.
直訳：あなたは私をトゥーさんに会わせて下さい。

電話で [gặp＋人]〈～に会う〉というのは変ですが，これは電話における慣用表現で，文全体としては，〈トゥーさんをお願いします〉という意味になります。電話を受けた側は次のように言います。

Anh cần gặp ai?
直訳：あなたは誰に会う必要がありますか。→どなたに御用でしょうか。

訳
受付： もしもし，タンロイホテルです。
タオ： 537号室のトゥーさんをお願いします。
受付： 少々お待ち下さい。もしもし，トゥーさんはお部屋にいらっしゃいません。何かお言付けなさいますか。
タオ： トゥーさんに私，タオは大変忙しいので今夜一緒に食事に行くことが出来ないと伝えて下さい。
受付： はい，承知いたしました。
タオ： どうもありがとう。
受付： どういたしまして。

Track 53

その4

X: Alô! Đây là Tanaka, người Nhật. Xin lỗi, đấy có phải là nhà của ông Kim không?

Y: Dạ phải. Anh cần gì ạ?
X: Tôi muốn gặp ông Kim. Ông Kim có ở nhà không?
Y: Dạ không. Ông ấy không có ở nhà. Anh có nhắn gì không?
X: Nhờ cô nói với ông Kim là 2 giờ chiều mai tôi đợi ông ấy tại khách sạn Độc Lập.
Y: Dạ. Còn gì nữa không?
X: Dạ không. Cảm ơn cô.
Y: Không có chi.

語句　còn　まだある

◆解釈のポイント◆

Anh cần gì?　　　直訳：あなたは何が必要ですか。→ご用件は？

Còn gì nữa không?　　直訳：まだ何かありますか。→ほかには？

訳
X: もしもし，こちら日本人の田中ですが，そちらはキムさんのお宅でしょうか。
Y: はい，そうですが，ご用件は？
X: キムさんをお願いしたいのですが，ご在宅でしょうか。
Y: いいえ，家にいません。何かご伝言なさいますか。
X: 明日の午後2時に独立ホテルで待っているとキムさんにお伝え下さい。
Y: はい。ほかには？
X: いいえ，ありません。どうもありがとう。
Y: どういたしまして。

Biểu Hiện [表現]

電話

1. Xin lỗi, xin cho biết quý danh.
2. Anh X ơi! Có điện thoại.
3. Anh X đang bận điện thoại.
4. Anh X bây giờ không có ở đây.
5. Xin anh đợi một chút, tôi đi gọi ngay đây.
6. Xin lỗi, cho tôi gặp anh X ở Phòng doanh nghiệp.
7. Nhờ cô làm ơn nhắn là có điện thoại của tôi.
8. Xin lỗi, tôi gọi nhầm số.
9. Tôi muốn gọi điện đi nước ngoài.
10. Máy điện thoại công cộng này không có thẻ điện thoại thì không thể gọi được.

語句 quý danh [貴名]　ơi（人を呼ぶ時に使う語）　gọi 呼ぶ
doanh nghiệp [営業]　máy 機械　thẻ カード

訳
1. すみませんが、どちらさまですか。
2. Xさん、電話ですよ。
3. Xさんは電話で忙しいところです。＞Xさんは電話中です。
4. Xさんは今ここにいません。＞Xさんは今ちょっと席をはずしています。
5. すぐに呼んできますので、ちょっとお待ち下さい。
6. すみません、営業部のXさんお願いします。
7. 私から電話があったとお伝え下さい。
8. すみません、番号を間違えました。
9. 私は外国へ電話をかけたい。＞国際電話をかけたいのですが。
10. この公衆電話はテレホンカードがないとかけられません。

Bài Tập （練習問題）

次の電話の会話を日本語にしなさい。

X:　Alô!

Y:　Xin lỗi, công ty Nam Việt đấy, phải không?

X:　Dạ, phải. Anh cần gặp ai?

Y:　Tôi muốn nói chuyện với anh Lâm.

X:　Dạ. Xin anh đợi một lát.　=Tôi muốn gặp anh Lâm.

Y:　Cám ơn cô.

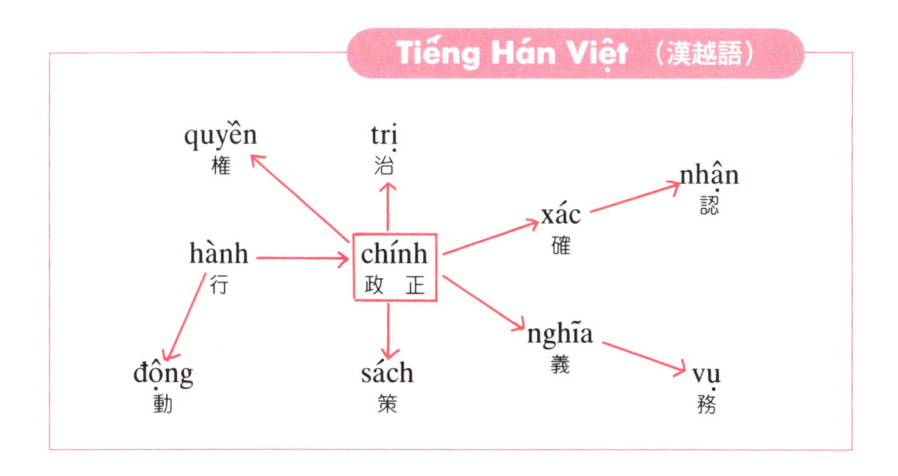

Tiếng Hán Việt （漢越語）

- quyền 權
- trị 治
- hành 行
- động 動
- chính 政 正
- sách 策
- xác 確
- nhận 認
- nghĩa 義
- vụ 務

147

第 18 課　　　　　　　手　紙

その1

Lan thân yêu,

　Anh đã nhận được thư em. Nhưng vì bận quá, anh chưa viết thư trả lời cho em được. Mong em thông cảm cho anh.

　Anh đã ở Tô-ki-ô được 6 tháng rồi. Những ngày đầu, khi mới sang Nhật Bản, anh chưa quen với khí hậu, cuộc sống ở đây, nhưng anh dần dần cảm thấy rất yêu mến đất nước và con người Nhật Bản. So với Hà Nội, Tô-ki-ô rộng và đông người lắm.

　Hiện nay, anh đang chuẩn bị thi cuối năm học. Có nhiều việc phải làm, nên anh cảm thấy mệt mỏi. Nhưng em đừng lo nhiều về anh. Anh sẽ cố gắng.

　Sức khỏe của em thế nào? Anh rất mong nhận được nhiều thư của em. Chúc em khỏe và vui.

　　　　　　　　　　　　　　　　　　　　Yêu em

　　　　　　　　　　　　　　　　　　　　Hùng

| 語句 | thân yêu 親愛な　được 経つ　cảm thấy 感じる　đất nước 土と水＞国土　hiện nay 現在　năm học 学年度 |

◆解釈のポイント◆

(Anh) Mong em thông cảm cho anh.
直訳：ぼくは君がぼくのために察してくれることを望む。
→分かって下さい。／お察し下さい。

Chúc em khỏe và vui.
直訳：君が元気で楽しいことを願う。→お元気で。

| 訳 |

ランへ
　君の手紙を受け取りました。しかし，とても忙しかったのでまだ君に返事を書くことが出来ませんでした。分かって下さい。
　東京に住んでもう６カ月が経ちました。日本へ来たばかりの最初のうちはまだここの気候や生活に慣れていませんでしたが，だんだん日本の国や人がとても好きになってきました。ハノイと比べると，東京はとても広く，とてもたくさんの人がいます。
　現在は年度末試験の準備をしているところです。しなければならないことがたくさんあるので疲れています。でも，ぼくのことをあまり心配しないように。頑張ります。
　君は元気ですか？手紙をたくさん下さい。お元気で。

それじゃあ
フン

その2

Kính thưa ông Sang,

　Trân trọng mời ông đến dự buổi tiệc tiễn ông Koga về nước. Ông Koga là cố vấn của tôi và ông ấy sẽ về nước nay mai.

　Rất mong ông sẽ tham dự với chúng tôi.

Trân trọng kính chào

⬢ 語句　kính［敬］（ここでは尊敬語）　thưa（目上の人に対して話しかけたり書き始める時に使う言葉）　trân trọng うやうやしい　tiễn 見送る　cố vấn［顧問］　nay mai 近いうちに　tham dự［参与］参加する

◆解釈のポイント◆

kính thưa は「拝啓」, trân trọng kính chào は「敬具」に相当します。その他に,「拝啓」としては thân mến（親愛な）,「敬具」としては thành thật cảm ơn〈心から感謝する〉などが用いられます。

⬢ 訳

拝啓

　謹んで古賀氏の帰国歓送会へ御出席賜りますよう御招待申し上げます。古賀氏は私の顧問で近々帰国されます。

　御出席を心からお待ち申し上げております。

敬具

⬢ その3

Ông Kim thân mến,

　Tôi sắp rời Việt Nam vào đầu tuần tới. Tôi muốn đến từ giã anh và tất cả các bạn trong văn phòng của anh và nhân tiện cũng giới thiệu với anh ông Ogawa là người sẽ thay thế tôi. Ông Ogawa vừa sang đây hôm qua.

　Xin anh vui lòng gọi điện cho tôi biết khi nào chúng tôi có thể đến thăm anh.

Thành thật cảm ơn

⬢ 語句　rời 離れる　tuần tới 来週　từ giã 別れを告げる　văn phòng オフィス　nhân tiện［因便］その際に　thay thế 交代する

訳

拝啓

　私は来週の初めにベトナムを離れます。私はあなたとあなたのオフィスの皆様にお別れの挨拶をしに行きたいと思っています。また，その際に，私と交代する小川氏を紹介したいと思っています。小川氏は昨日こちらに来たばかりです。

　いつ訪問することができるか電話でお知らせ下さい。

敬具

Biểu Hiện [表現]

意見・判断

1. Đây là sự ngẫu nhiên.
2. Anh nói đùa đấy chứ?
3. Quả thật đúng như thế!
4. Anh để tôi suy nghĩ một lát đã nhé.
5. À, tôi nhớ ra rồi.
6. Bình tĩnh nhé.
7. Xin cạn chén để chúc sức khỏe mọi người.
8. Anh cần gì đấy?
9. Quả thật đúng như tôi đã nghĩ.
10. Đó là cách nhìn chủ quan của anh thôi.

語句　ngẫu nhiên [偶然]　quả thật 本当に　suy nghĩ 考える
một lát 少しの間　à (文頭の感嘆詞)　nhớ ra 思い出す
bình tĩnh [平静]　cạn chén 乾杯する　cách nhìn 見方
chủ quan [主観]

151

訳
1. それは偶然ですね。
2. 冗談でしょう。
3. まさにその通りです。
4. ちょっと考えさせて下さい。
5. あっ，思い出した。
6. 落ち着いて下さいね。
7. みなさんの健康を祝して乾杯しましょう。
8. 何か御用ですか。
9. やっぱり思っていた通りだ。
10. それは君の主観的な見方にすぎない。

Bài Tập （練習問題）

次のメッセージを日本語に訳しなさい。

　Tôi ghé nhà anh lúc 5 giờ chiều nay, nhưng người nhà của anh nói là anh đi vắng. Mai chúng tôi sẽ đi Biên Hòa để mua đồ gốm. Nếu anh muốn đi với chúng tôi thì cho chúng tôi biết nội trong tối nay. Chúng tôi sẽ đón anh sáng mai sau khi ăn sáng.

語句　ghé 立ち寄る　người nhà 家族の人　đồ gốm 陶器　nội trong 〜のうちに　ăn sáng 朝食をとる

Tiếng Hán Việt （漢越語）

情報・通信

thông tấn xã　通訊社〈通信社〉　　phóng viên　訪員〈特派員〉

phát thanh viên　発声員〈アナウンサー〉

người phát ngôn　（人）発言〈スポークスマン〉

chương trình giáo dục　章程教育〈教育番組〉

phát thanh vệ tinh　発声衛星〈衛星放送〉

máy xử lý văn bản　（機）処理文本〈ワープロ〉

máy tính điện tử　（機）併電子〈コンピューター〉　→ máy vi tính も使われる〔微併〕

bưu điện　郵電〈郵便局〉

bưu thiếp　郵帖〈ハガキ〉　→ bưu ảnh〈絵ハガキ〉〔影〕

điện báo　電報　→〈電報を打つ〉 đánh điện

第19課 雑誌を読む

その1

Trong những năm vừa qua, chính sách đối ngoại của Nhật chủ yếu tập trung vào việc góp phần tạo nên sự phát triển kinh tế của khu vực. Hiện nay, trong hoàn cảnh mới, Nhật sẽ không những chủ động đóng góp vào sự phát triển kinh tế mà cả việc giữ gìn hòa bình và ổn định ở khu vực.

語句 vừa qua 過ぎたばかりの＞最も近い　đối ngoại［対外］　chủ yếu［主要］主に　tập trung［集中］　góp phần 貢献する　tạo nên 作り上げる　khu vực［区域］地域　hoàn cảnh［環境］情勢　chủ động［主動］率先して　đóng góp 貢献する　ổn định［穏定］安定

◆解釈のポイント◆

二番目の文には không những ～ mà còn ... の文型が含まれています。「sự phát triển～〈～を発展させること〉だけでなく、また việc giữ gìn〈…を守ること〉にも貢献する」と解釈されます。

訳 この何年間か日本の対外政策は主に地域の経済発展を作り上げることに貢献することに集中してきた。現在、新しい情勢の中で、日本は経済を発展させることだけでなく、また地域の平和と安定を守ることにも率先して貢献していくでしょう。

その2

Sự sụp đổ của cơ cấu chiến tranh lạnh và tình hình dễ thay đổi hiện nay ảnh hưởng đến an ninh trong khu vực

Châu Á-Thái Bình Dương. Vấn đề là làm sao tăng cường được môi trường an ninh. Điều đó đòi hỏi các nước Châu Á-Thái Bình Dương tăng cường hiểu biết về an ninh và về chính sách quốc phòng của nhau.

語句 sụp đổ 崩壊する　cơ cấu [機構]　thay đổi 変化する　ảnh hưởng [影響]　an ninh [安寧] 安全　làm sao どのようにしたら　tăng cường [増強]　đòi hỏi 要求する　hiểu biết 理解　quốc phòng [国防]

訳 冷戦機構の崩壊と現在の変わりやすい状況はアジア―太平洋地域の安全に影響を及ぼしている。問題はどのようにしたら安全な環境を強めることが出来るかということだ。そのことはアジア―太平洋諸国に安全と相互の国防政策についての理解を強めることを要求している。

その3

Trung Quốc giữ một vai trò rất quan trọng ở khu vực, nó có thể đưa lại ổn định hoặc bất ổn định đối với khu vực. Điều đó phụ thuộc vào tình hình của Trung Quốc trong những năm sắp tới. Điều quan trọng là không để Trung Quốc bị cô lập mà đưa Trung Quốc vào đối thoại và hợp tác. Do vậy cần phải có quan hệ ổn định và hữu nghị giữa Nhật và Trung Quốc.

語句 vai trò 役割　đưa lại もたらす　bất ổn định [不穏定] 不安定　phụ thuộc [付属] ～次第である　cô lập [孤立]　đưa 導く　hợp tác [合作] 協力　do vậy それゆえ

◆解釈のポイント◆

không để ... は「使役」の để に否定詞 không が付いたもので、〈…させないように〉という意味です。

bị cô lập の bị［被］は悪い意味を持つ語の前に置かれるものです。

> 訳 中国は地域で大変重要な役割を持っています。中国は地域に安定をもたらすかもしれないし，あるいは不安定をもたらすかもしれません。そのことは今後，数年間の中国の状況次第です。重要なことは中国を孤立させないで，対話と協力に導くことです。それゆえ，日中間の安定・友好関係がなくてはなりません。

Track 62

その4

ĐẠI SỨ THIỆN CHÍ

Đó là Audrey Hepburn, một trong những ngôi sao màn bạc lớn nhất của Hollywood, người được mệnh danh là đại sứ thiện chí của UNICEF.

Ngày 20/1 vừa qua, ung thư đã cướp đi mạng sống của Audrey Hepburn.

Audrey Hepburn sinh ở Thụy Sĩ cách đây 63 năm, bố là người Anh, mẹ người Hà Lan.

> 語句 ngôi sao 星；スター　màn bạc 銀幕, スクリーン　mệnh danh［命名］　thiện chí［善志］善意　ung thư ガン　cướp đi 奪い去る　mạng sống 命　Thụy Sĩ スイス

◆解釈のポイント◆

một trong ... と người được ... はともにヘップバーンを説明する名詞句です。

> 訳
>
> 　　　　　　　　　　善意の大使
> それはハリウッド最大の映画スターの一人であり，ユニセフの善意の大使と呼ばれたオードリー・ヘップバーンのことです。
> この1月20日，ガンはオードリー・ヘップバーンの命を奪い去りました。
> オードリー・ヘップバーンは今から63年前にスイスで生まれました。父は

イギリス人，母はオランダ人でした。

Biểu Hiện ［表現］

説明・都合

1. Chỗ này tôi không hiểu lắm.
2. Cuối cùng anh muốn nói gì?
3. Xin anh giải thích một lần nữa để tôi có thể hiểu rõ hơn.
4. Xin lỗi anh, điều anh nói tôi không hiểu.
5. Xin anh làm ơn nói cụ thể hơn một chút.
6. Chiều mai anh có thì giờ rỗi không?
7. Tiện nhất là khoảng 10 giờ sáng mai.
8. Xin lỗi chiều nay tôi bận.
9. Trước khi đến, anh nhớ gọi điện thoại nhé.
10. Nếu cần, anh đến bất cứ lúc nào cũng được.

語句 làm ơn　どうぞ～　 cụ thể［具体］具体的に　 thì giờ　時間　 rỗi　暇な　 nhớ　覚えている＞忘れずに～する

訳
1. この部分がよく分からないのですが。
2. 結局、何が言いたいのですか。
3. もう一度もっとよく分かるように説明して下さい。
4. 申し訳ありませんが，おっしゃっていることがよく分かりません。
5. もう少し具体的におっしゃっていただけないでしょうか。
6. 明日の午後，あなたは暇な時間を持っていますか。
   ＞明日の午後，時間があいてますか。
7. 一番都合がいいのは明日の朝10時頃です。
8. 申し訳ありませんが，今日の午後はふさがっています。
9. 来る前に忘れずに電話して下さいね。
10. 必要ならばあなたはどの時に来ても結構です。
    ＞何かあればいつ来てもいいですよ。

Bài Tập （練習問題）

つぎの文章を日本語に訳しなさい。

Trong chính sách Châu Á-Thái Bình Dương của mình, Nhật Bản cho rằng có ba ưu tiên. Đó là: tăng cường đối thoại về chính trị và an ninh trong khu vực; duy trì chính sách kinh tế mở cửa ở khu vực và viện trợ phát triển cho các nước khu vực; và làm thế nào đạt được hòa bình và thịnh vượng ở Đông Dương.

語句　ưu tiên ［優先］(事項)　　duy trì ［維持］　　mở cửa　開放する
　　　　viện trợ ［援助］　　đạt　達成する　　thịnh vượng ［盛旺］繁栄

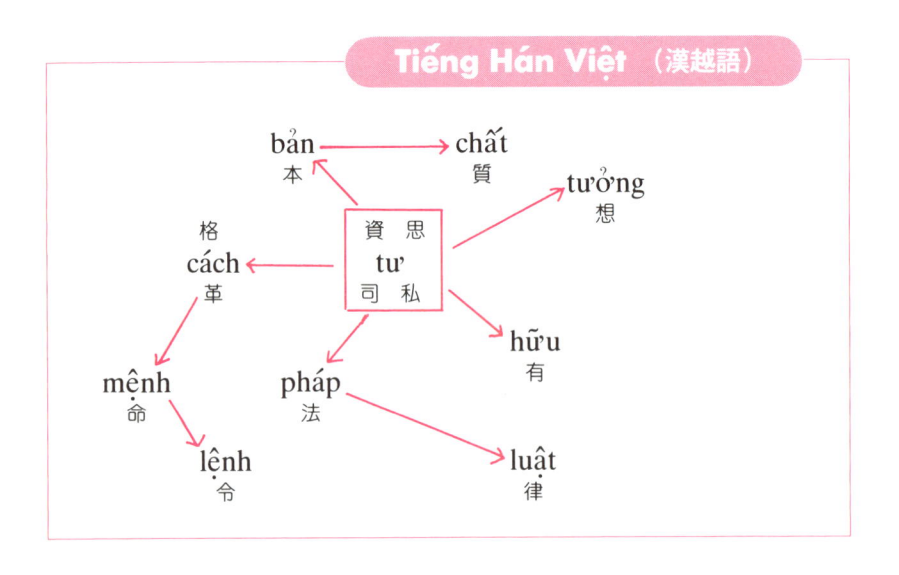

Tiếng Hán Việt （漢越語）

bản 本 → chất 質

tưởng 想

cách 革 ← 資 思 tư 司 私

hữu 有

mệnh 命

pháp 法

lệnh 令

luật 律

第20課 新聞を読む

その1

Cục cảnh sát quốc gia Nhật Bản cho biết có hơn bốn nghìn người chết, gần 22 nghìn người bị thương và hơn 700 người vẫn còn bị mất tích trong trận động đất ngày 17-1. 〔日の数〕-〔月の数〕新聞での月日の表記法

Gần 21 nghìn ngôi nhà bị phá hủy, hơn 200 nghìn người bị mất nhà cửa. Việc xây dựng lại thành phố Cô-bê ước tính phải mất tới bốn năm, tốn kém hàng trăm tỷ USD. (ドル)đô-la Mỹ (米)

語句 cục cảnh sát quốc gia Nhật Bản [局警察国家日本] 警察庁　bị thương 負傷する　mất tích 行方不明　trận (類別詞)　động đất 地震　phá hủy [破毀] 壊れる　nhà cửa 家屋　xây dựng 建設する　ước tính 概算する　tới …に及ぶ　tốn kém 多額の費用がかかる　tỷ 10億

訳　1月17日の地震で警察庁によると、4千人以上の人が死亡し、2万2千人近い人が負傷、また7百人以上の人が依然として行方不明になっています。
　約2万1千棟の家が壊れ、20万以上の人が家屋を失いました。神戸市を再建するには4年もの月日と数千億米ドルもの莫大な費用がかかると概算されています。

Track 65

その2

Thủ tướng Nhật Bản Mu-ra-ya-ma ngày 19-1 tới thăm thành phố cảng Cô-bê để tận mắt chứng kiến hậu quả của cuộc động đất. Tại đây, ông tuyên bố chính phủ sẽ làm tất cả những gì có thể để cung cấp kịp thời các nhu yếu phẩm cho hàng trăm nghìn nạn nhân của cuộc động đất.

語句 cảng [港]　tận mắt 目の当りに　chứng kiến [証見] 目撃する, 視察する　hậu quả [後果] 被害　cung cấp [供給]　kịp thời 時機を失することなく　nhu yếu phẩm [需要品] 必需品　nạn nhân [難人] 被災者

訳 村山首相は1月19日地震の被害を目の当りに視察するために港湾都市神戸を訪れました。ここで，首相は政府は数十万人の地震の被災者に必需品を時機を失することなく供給するために出来ることはすべてすると言明しました。

Track 66

その3

Phần lớn trong số gần 200 đám cháy trong thành phố do động đất gây ra đã tắt. Việc cấp cứu những người sống sót rất khó khăn do thiếu thức ăn, nước uống, điện và các thiết bị y tế. Nhiều bệnh viện không thể tiến hành phẫu thuật hoặc chụp X-quang do thiếu điện.

語句 phần lớn 大多数の　đám cháy 火事　gây ra 引き起こす　tắt 消える　cấp cứu [急救]　sống sót 生き延びる　thiếu 不足の　thức ăn 食べ物　nước uống 飲料水　điện [電] 電気　thiết bị [設備]　y tế [医済] 医療　tiến hành [進行] 行う　phẫu thuật [剖術] 手術　chụp 撮影する　X-quang X線

◆解釈のポイント◆

do động đất gây ra は中立の受身で〈地震によって引き起こされた〉という意味になり，đám cháy を修飾しています。

việc は sống sót までを〈～こと〉と名詞化しています。

訳 　地震によって引き起こされた街の約200の火災の大部分は鎮火しました。生き延びた人々の救急活動は食べ物，飲料水，電気そして医療設備が足らないためにとても困難です。多くの病院は電力不足のために手術を行うことやＸ線撮影をすることが出来ません。

その4

Ba ngày sau khi động đất xảy ra, các nỗ lực tìm cứu nạn nhân vẫn tiếp tục với quy mô lớn tại thành phố Cô-bê. 10 người được cứu sống từ trong các ngôi nhà đổ tối 19-1.

Thủ tướng Mu-ra-ya-ma thừa nhận có khuyết điểm trong hoạt động cứu trợ của Chính phủ sau khi động đất xảy ra.

語句 　xảy ra 発生する　nỗ lực〔努力〕　tìm cứu 救出する　quy mô〔規模〕　đổ 倒れる　thừa nhận 認める　khuyết điểm〔欠点〕誤り　cứu trợ〔救助〕

訳 　地震発生後3日間被災者の救出活動が神戸市で大規模に続けられています。1月19日の夜に倒壊した家の中から10人が救出されました。
　村山首相は地震発生後の政府の救助活動に誤りがあったことを認めました。

Biểu Hiện ［表現］

大学

1. Chuyên môn của anh là gì?
2. Anh đã làm xong thời khóa biểu chưa?
3. Giờ thứ ba là giờ gì vậy?
4. Nhanh lên, không thì muộn giờ học mất.
5. Anh giỏi môn sử thế giới không?
6. Tôi kém môn toán.
7. Tôi phải bắt đầu học thi.
8. Kết quả thi cuối năm học như thế nào?
9. Tuần sau tôi phải thi lại môn ngoại ngữ chính.
10. Thầy X dễ nhưng thầy Y thì trái lại, khó quá.

語句 vậy（強めの文末詞）　thời khóa biểu［時課表］　không thì そうでないと　giờ học 授業時間　mất ～してしまう　môn 科目　sử［史］歴史　thi 試験　năm học 学年度　ngoại ngữ chính［外語正］専攻語　giỏi 優秀な＞得意な　dễ 易しい＞甘い　kém 劣った＞苦手な　khó 難しい＞辛い

訳
1. 何を専攻しているのですか。
2. 時間割はもう作成しましたか。
3. 3時限目は何の時間ですか。
4. 急ぎなさい，そうしないと授業に遅れてしまいますよ。
5. 世界史は得意ですか。
6. 数学は苦手です。
7. 私は試験勉強を始めなければなりません。
8. 年度末試験の結果はどうでしたか。
9. 来週私は専攻語の追試を受けなければなりません。
10. X先生は甘いが，Y先生は逆にとても辛いです。

Bài Tập （練習問題）

次の文章を日本語に訳しなさい。

Theo đài BBC, trong số khoảng 500 người Việt Nam định cư ở Cô-bê không có ai chết, chỉ có một số người bị thương.

語句　định cư［定居］定住する

Tiếng Hán Việt （漢越語）

大　　学

Bộ giáo dục　　部教育〈文部省〉

trung tâm nghiên cứu　　中心研究〈研究センター〉

ông hiệu trưởng　　校長〈校長先生〉

phương pháp giáo dục　　方法教育

giáo trình　　教程〈（大学の）テキスト〉

nhập học　　入学

luận văn tốt nghiệp　　論文卒業

nghiên cứu sinh　　研究生〈大学院生〉

tiến sĩ　　進士〈博士号〉

trường đại học ngoại ngữ　　大学外語〈外国語大学〉

練習問題解答

1

1
1. 私はベトナム人です。
2. 彼はアメリカ人ではありません。
3. それは日本の地図です。

2
1. Chị ấy có phải là người Pháp không?
2. Không, chị ấy là người Đức.
3. Đây là cái gì?

2

1
1. あなたはベトナム語を勉強していますか。
2. 彼は手紙を書きません。
3. 彼女はまだこの本を読んでいません。

2 1. cái 2. con 3. quả 4. quyển (または cuốn) 5. tờ

3

1
1. このボールペンはあまり高くありません。
2. この本はその本よりも新しいです。
3. 私の母が一番太っています。

2 1. dài 2. khó 3. lạnh 4. nặng 5. trẻ
6. xa 7. đúng 8. vui 9. nhanh 10. an toàn

4

1
1. この椅子の上に黒猫が一匹います。
2. その新しいボールペンは私のものです。
3. この問題はあまり難しくないでしょう？

2 1. trước 2. sau 3. trên 4. dưới 5. trong
6. ngoài 7. gần 8. giữa

5

1
1. あの自動車は誰のですか。
2. 彼はいつ帰国しましたか。
3. あなたはこれをどこで買いましたか。

|2| 1. là   2. Vì   3. hay

6
|1| 1. 今年，あなたのお母さんは何才ですか。
2. この家はいくらですか。
3. 全員そろって行きます。
|2| 1. mười sáu   2. bốn trăm linh chín   3. hai trăm ba mươi tám
4. một nghìn chín trăm chín mươi lăm
5. một trăm bảy mươi nghìn または mười bảy vạn

7
|1| 1. 今，8時15分です。
2. 今日は土曜日です。
3. 今年は1995年です。
|2| 1. ngày   2. sang   3. giêng   4. tư   5. sáng

8
|1| 1. 多分，今日，彼はここへ来るでしょう。
2. 明日は雨が降りそうです。
3. 彼はめったに家で勉強しません。
4. この机は何製ですか。
5. あなたは何をするためにここに来たのですか。
|2| 1. ở   2. cả   3. Từ

9
|1| 1. この薬を飲みなさい。
2. 酒をたくさん飲んではいけません。
3. 彼はなんと背が高いんでしょう。
|2| 1. hãy   2. biết   3. Cấm

10
|1| 1. 彼は決して手紙を書きません。
2. 私は今まで遅刻をしたことがありません。
3. 見たくないとうわけではありません。
4. 私一人では出来ません。
5. 彼女はドイツ語を話すことが出来ますか。

2 1. phía đông 2. miền bắc 3. núi 4. hồ
5. mặt trời 6. Châu Á 7. Đông Nam Á
8. Đông Dương 9. Châu Âu 10. Châu Mỹ

11
1 1. 300台の自転車
2. これが彼が売りたい家です。
3. 彼女は太っていますが走るのは速いです。

2 1. ba tháng 2. tháng ba 3. một quyển sách tốt này

12
1 1. 彼はラジオを聞いています。
2. 私はフランス語を勉強したいです。
3. 彼は私を悲しませました。

2 1. Mọi người được thầy giáo khen
2. Em trai bị mẹ tôi mắng

13
1 1. もし大雨だったら私は行きません。
2. とても忙しくて寝ることも出来ません。
3. 彼は仕事をしながら食事をします。

2 1. dù 2. càng 3. không

14
1 1. 毎月、彼女は父母に手紙を一通出します。
2. 彼はこれをよい機会だと見なしています。
3. 私の弟は弁護士になりたいと思っています。

2 1. hỏi 2. mua 3. quên 4. thích 5. chết
6. gặp 7. thua 8. chấp nhận 9. ly dị (ly hôn) 10. mở

15
1 1. 彼女は髪が長い。
2. 私は彼に電話するのを忘れていました。
3. 私はとても疲れていて仕事に行くことが出来ません。

2 1. Mỗi 2. thì 3. nào

16
私達の先生はよく次のように言っています：ベトナム語の文法とカンボジア語の文法はあまり違いません。しかし、ベトナム語の発音は声調がたくさんあるので複雑です。ですから、皆さんは一生懸命読んだり、話したり、聞いたり、書く練習をしなければなりません。
私達が勉強して進歩すると、先生はいつも私達を誉め、激励して下さいます。

17
X：もしもし。
Y：すいません、そちら南越公司ですね。
X：はい、そうです。どなたにご用でしょうか。
Y：ラムさんをお願いします。
X：はい、少しお待ち下さい。
Y：お願いします。

18
私は今日の夕方5時にあなたの家に立ち寄りましたが、家族の人があなたは出かけていないと言いました。明日私達はビエン・ホワに陶器を買いに行きます。もし私達と一緒に行きたければ今夜中に私達に知らせて下さい。明朝、朝食後迎えに行きます。

19
自らのアジア―太平洋政策において、日本は3つの優先事項があると考えています。それは、地域の政治と安全についての対話を強めることと、地域の開放経済政策を維持し、地域諸国の発展を援助することと、どうすればインドシナの平和と繁栄を達成することが出来るかということです。

20
BBC（放送）によると、神戸に定住している約500人のベトナム人の中で、死んだ人はいなくて、ただ一部の人が負傷しただけです。